# The Pill Puzzle: Decoding Hospital Pharmacy for Everyone
# మందుల గుట్టు: ఆసుపత్రి ఔషధాలయం అందరికీ

**Karthik Iyer**

Copyright © [2023]

Title: The Pill Puzzle: Decoding Hospital Pharmacy for Everyone

Author's: Karthik Iyer

All rights reserved. No part of this publication may be reproduced, stored in a retrieval system, or transmitted in any form or by any means, electronic, mechanical, photocopying, recording, or otherwise, without the prior written permission of the publisher or author, except in the case of brief quotations embodied in critical reviews and certain other non-commercial uses permitted by copyright law.

This book was printed and published by [Publisher's: **Karthik Iyer**] in [2023]

**ISBN:**

# TABLE OF CONTENT

## Chapter 1: Navigating the Labyrinth: Unveiling the Hospital Pharmacy     11

- Introduction: Why understand hospital pharmacies?
- Demystifying the maze: Layout, departments, and key personnel.
- A day in the life: The workflow and processes of medication dispensing.
- Challenges and concerns: Common anxieties patients face in pharmacy settings.

## Chapter 2: The Pill Playbook: Understanding Medications     19

- Medication basics: Types, classifications, and routes of administration.
- Decoding labels: Reading prescription information like a pro.
- Brand vs. generic: Understanding the cost and benefits of each.
- Medication safety tips: Storage, disposal, and avoiding interactions.

## Chapter 3: Doctor's Orders: The Prescription Journey  27

- From doctor to pharmacist: How prescriptions are written and filled.
- Understanding insurance coverage: Navigating co-pays and prior authorizations.
- Medication refills: Planning ahead and avoiding gaps in treatment.
- Emergencies and after-hours: Accessing medications when the pharmacy is closed.

## Chapter 4: Talking Tablets: Effective Communication with Pharmacists  35

- Ask the right questions: Clarifying doubts about medications and dosages.
- Be prepared: Bringing a list of medications and allergies to consultations.
- Open and honest communication: Sharing concerns and side effects effectively.
- Building trust: Establishing a positive relationship with your pharmacist.

## Chapter 5: Beyond the Counter: Additional Services Offered by Hospital Pharmacies    43

Medication counseling: Personalized guidance on taking medications safely and effectively.

Immunizations: Understanding the importance of vaccines for different age groups.

Chronic disease management: Pharmacist support for conditions like diabetes and hypertension.

Medication therapy management (MTM): Optimizing medication regimens for better outcomes.

## Chapter 6: The Human Touch: The Role of Pharmacists in Patient Care    51

More than just dispensers: Pharmacists as healthcare partners and medication experts.

Building bridges: Connecting patients with doctors, nurses, and other healthcare providers.

Advocating for patients: Ensuring safe and appropriate medication use.

The future of pharmacy: Technology, innovation, and personalized medicine.

## Chapter 7: Empowered Patients: Taking Control of Your Medication Journey    59

- Resources for further information: Websites, helplines, and patient advocacy groups.
- Self-advocacy tips: Asking questions, keeping records, and being informed.
- Sharing your story: Helping others understand the importance of medication literacy.
- Building a healthier future: Taking charge of your health through medication knowledge.

## Chapter 8: The Conclusion: Demystified, Empowered, and Informed    67

- Recap of key takeaways: A summary of the essential knowledge gained.
- A call to action: Encouraging readers to be active participants in their healthcare.
- A message of hope: Emphasizing the power of knowledge and communication for better health outcomes.

# విషయ సూచిక

## అధ్యాయం 1: గూఢచక్రాల నగరంలో నావ్రా: ఆసుపత్రి ఫార్మసీని బయటకు తీయడం

పరిచయం: ఆసుపత్రి ఫార్మసీలను ఎందుకు అర్థం చేసుకోవాలి?

గూఢచక్రాలను రహస్యంగా చేయడం: లేఅవుట్, విభాగాలు మరియు ముఖ్యమైన సిబ్బంది.

జీవితంలో ఒక రోజు: ఔషధాల పంపిణీ యొక్క పని ప్రవాహం మరియు ప్రక్రియలు.

సవాళ్లు మరియు ఆందోళనలు: రోగులు ఫార్మసీ సెట్టింగ్‌లలో ఎదుర్కొనే సాధారణ ఆందోళనలు.

## అధ్యాయం 2: మాత్రల పుస్తకం: ఔషధాలను అర్థం చేసుకోవడం

ఔషధాల ప్రాథమికాలు: రకాలు, వర్గీకరణలు మరియు పరిపాలన మార్గాలు.

లేబుళ్లను డీకోడింగ్ చేయడం: ఔషధ సమాచారాన్ని ఒక ప్రో లాగా చదవడం.

బ్రాండ్ vs జనరిక్: ఖర్చు మరియు ప్రయోజనాలను అర్థం చేసుకోవడం.

ఔషధ భద్రతా చిట్కాలు: నిల్వ, పారవేయడం మరియు పరస్పర చర్యలను నివారించడం.

## అధ్యాయం 3: డాక్టర్ ఆర్డర్లు: ప్రిస్క్రిప్షన్ యాత్ర

- డాక్టర్ నుండి ఫార్మసిస్ట్ వరకు: ప్రిస్క్రిప్షన్లు ఎలా వ్రాయబడతాయి మరియు నింపబడతాయి.
- బీమా కవరేజ్ ను అర్థం చేసుకోవడం: కో-పేస్ మరియు ముందస్తు అధికారాలను నావిగేట్ చేయడం.
- ఔషధాల రీఫిల్లు: ముందుగానే ప్లాన్ చేయడం మరియు చికిత్సలో ఖాళీలను నివారించడం.
- అత్యవసర పరిస్థితులు మరియు సమయం తర్వాత: ఫార్మసీ మూసివేసినప్పుడు ఔషధాలను యాక్సెస్ చేయడం.

## అధ్యాయం 4: టాకింగ్ టాబ్లెట్స్: ఫార్మసిస్ట్లతో ఫలిత కమ్యూనికేషన్

- సరైన ప్రశ్నలు అడగండి: ఔషధాలు మరియు మోతాదుల గురించి సందేహాలను స్పష్టం చేయండి.
- సిద్ధంగా ఉండండి: సంప్రదింపులకు ఔషధాల జాబితా మరియు అలెర్జీలను తీసుకురావడం.
- బహిరంగ మరియు నిజాయితీ కమ్యూనికేషన్: ఆందోళనలు మరియు దుష్ప్రభావాలను ప్రభావవంతంగా పంచుకోవడం.
- ట్రస్ట్ నిర్మించడం: మీ ఫార్మసిస్ట్తో సానుకూల సంబంధాన్ని ఏర్పరచుకోవడం.

## అధ్యాయం 5: కౌంటర్‌కు అవతల: ఆసుపత్రి ఫార్మసీలు అందించే అదనపు సేవలు

- ఔషధాల సలహా: ఔషధాలను సురక్షితంగా మరియు ప్రభావవంతంగా తీసుకోవడంపై వ్యక్తిగత మార్గదర్శనం.
- రోగనిరోధక టీకాలు: వివిధ వయసుల వారికి టీకాల ప్రాముఖ్యతను అర్థం చేసుకోవడం.
- దీర్ఘకాలిక వ్యాధుల నిర్వహణ: మధుమేహం మరియు హైపర్‌టెన్షన్ వంటి పరిస్థితులకు ఫార్మసిస్ట్ మద్దతు.
- ఔషధ చికిత్స నిర్వహణ (MTM): మంచి ఫలితాల కోసం ఔషధాల పథకాలను ఆప్టిమైజ్ చేయడం.

## అధ్యాయం 6: మానవ స్పర్శ: రోగి సంరక్షణలో ఫార్మసిస్ట్‌ల పాత్ర

- కేవలం పంపిణీదారుల కంటే ఎక్కువ: ఫార్మసిస్ట్‌లు హెల్త్‌కేర్ భాగస్వాములు మరియు ఔషధ నిపుణులు.
- వారధులు నిర్మించడం: రోగులను డాక్టర్లు, నర్సులు మరియు ఇతర హెల్త్‌కేర్ ప్రొవైడర్లతో కలుపుతూ.
- రోగుల కోసం న్యాయవాది: సురక్షితమైన మరియు సరైన ఔషధాల వాడకాన్ని నిర్ధారించడం.
- ఫార్మసీ యొక్క భవిష్యత్తు: టెక్నాలజీ, నవీకరణ మరియు వ్యక్తిగత ఔషధం.

## అధ్యాయం 7: సాధికారత రోగులు: మీ ఔషధ ప్రయాణాన్ని నియంత్రించడం

- మరింత సమాచారం కోసం వనరులు: వెబ్‌సైట్‌లు, హెల్ప్‌లైన్‌లు మరియు రోగి న్యాయవాద గ్రూపులు.
- స్వీయ-న్యాయవాద చిట్కాలు: ప్రశ్నలు అడగడం, రికార్డులు ఉంచడం మరియు తెలియజెప్పడం.
- మీ కథను పంచుకోవడం: ఔషధాల అక్షరాస్యత యొక్క ప్రాముఖ్యతను ఇతరులకు అర్థం చేసుకోవడంలో సహాయం చేయడం.
- ఆరోగ్యకరమైన భవిష్యత్తును నిర్మించడం: ఔషధాల జ్ఞానం ద్వారా మీ ఆరోగ్యాన్ని నిర్వహించడం.

## అధ్యాయం 8: ముగింపు: డీమిస్టిఫైడ్, ఎంపవర్డ్ మరియు ఇన్ఫార్మ్డ

- ముఖ్యమైన ముగింపులు: పొందిన అవసరమైన జ్ఞానం యొక్క సంగ్రహం.
- చర్యకు పిలుపు: పాఠకులను వారి ఆరోగ్య సంరక్షణలో చురుకైన పాల్గొనర్లను చేయడానికి ప్రోత్సహించడం.
- ఆశ యొక్క సందేశం: మంచి ఆరోగ్య ఫలితాల కోసం జ్ఞానం మరియు కమ్యూనికేషన్ యొక్క శక్తిని నొక్కిచెప్పడం.

# Chapter 1: Navigating the Labyrinth: Unveiling the Hospital Pharmacy

# అధ్యాయం 1: గూఢచక్రాల నగరంలో నావ్రూ: ఆసుపత్రి ఫార్మసీని బయటకు తీయడం

## పరిచయం: ఆసుపత్రి ఫార్మసీలను ఎందుకు అర్థం చేసుకోవాలి?

ఆసుపత్రి ఫార్మసీలు ఆరోగ్య సంరక్షణ వ్యవస్థలో కీలకమైన భాగం. అవి రోగులకు ఔషధాలను అందించడమే కాకుండా, వారి ఔషధాలను సురక్షితంగా మరియు ప్రభావవంతంగా ఉపయోగించడానికి సహాయం చేయడంలో కూడా ముఖ్యమైన పాత్ర పోషిస్తాయి.

ఆసుపత్రి ఫార్మసీలను అర్థం చేసుకోవడం చాలా ముఖ్యం, ఎందుకంటే ఇది రోగులకు మరింత సమర్థవంతమైన మరియు సురక్షితమైన ఆరోగ్య సంరక్షణను పొందడంలో సహాయపడుతుంది.

ఆసుపత్రి ఫార్మసీలు ఏమి చేస్తాయి?

ఆసుపత్రి ఫార్మసీలు అనేక రకాల సేవలను అందిస్తాయి, వీటిలో ఇవి ఉన్నాయి:

ఔషధాలను అందించడం: ఆసుపత్రి ఫార్మసీలు రోగులకు వైద్యులు సూచించిన ఔషధాలను అందిస్తాయి. ఇవి

ఔషధాలను తయారు చేయడం, ప్యాక్ చేయడం మరియు రోగులకు అందించడం వంటి వివిధ పనులను చేస్తాయి.

- **ఔషధాల సలహా ఇవ్వడం:** ఆసుపత్రి ఫార్మసిస్ట్లు రోగులకు వారి ఔషధాలను సురక్షితంగా మరియు ప్రభావవంతంగా ఉపయోగించడంలో సహాయపడటానికి సలహా ఇస్తారు. వారు ఔషధాల యొక్క దుష్ప్రభావాలు, పరస్పర చర్యలు మరియు ఇతర సమస్యల గురించి రోగులకు సమాచారాన్ని అందిస్తారు.

- **ఔషధాల పర్యవేక్షణ:** ఆసుపత్రి ఫార్మసిస్ట్లు రోగుల ఔషధాల వాడకాన్ని పర్యవేక్షిస్తారు. వారు రోగులు తమ ఔషధాలను సరిగ్గా తీసుకుంటున్నారని మరియు వాటి నుండి గరిష్ట ప్రయోజనాన్ని పొందారని నిర్ధారించడానికి పని చేస్తారు.

- **ఔషధాల నిర్వహణ:** ఆసుపత్రి ఫార్మసీలు ఆసుపత్రిలోని ఔషధాల సరఫరాను నిర్వహిస్తాయి. వారు ఔషధాలను ఆర్డర్ చేయడం, నిల్వ చేయడం మరియు అందించడం వంటి పనులను చేస్తాయి.

ఆసుపత్రి ఫార్మసీలు రోగులకు ఎలా సహాయపడతాయి?

ఆసుపత్రి ఫార్మసీలు రోగులకు అనేక విధాలుగా సహాయపడతాయి. అవి:

- రోగులను సురక్షితంగా ఉంచడంలో సహాయపడతాయి. ఆసుపత్రి ఫార్మసిస్ట్లు రోగులు తమ ఔషధాలను సరిగ్గా తీసుకుంటున్నారని మరియు వాటి నుండి గరిష్ట ప్రయోజనాన్ని పొందారని నిర్ధారించడానికి పని చేస్తారు.

## గూఢచక్రాలను రహస్యంగా చేయడం: లేఅవుట్, విభాగాలు మరియు ముఖ్యమైన సిబ్బంది

లేఅవుట్

గూఢచక్రాన్ని రహస్యంగా ఉంచడానికి ఒక ముఖ్యమైన అంశం దాని లేఅవుట్. గూఢచక్రం సురక్షితంగా మరియు కనుగొనడం కష్టంగా ఉండేలా లేఅవుట్ చేయబడాలి. గూఢచక్రాన్ని నిర్మించేటప్పుడు, కింది అంశాలను పరిగణించండి:

గూఢచక్రం అటవీ ప్రాంతంలో లేదా ఇతర కనిపించని ప్రదేశంలో ఉండాలి.

గూఢచక్రానికి ఒక సింగిల్ ఎంట్రీ మరియు ఎగ్జిట్ ఉండాలి, ఇది సమర్థవంతంగా రక్షించబడాలి.

గూఢచక్రంలోని అన్ని గదులు మరియు ప్రాంతాలు అదృశ్యంగా లేదా దాచి ఉండాలి.

విభాగాలు

గూఢచక్రాన్ని రహస్యంగా ఉంచడానికి మరొక ముఖ్యమైన అంశం దాని విభాగాలు. గూఢచక్రాన్ని చిన్న, రహస్యమైన విభాగాలుగా విభజించడం ద్వారా, ఒక విభాగం గురించి తెలిస్తే, మొత్తం గూఢచక్రం గురించి తెలియదు.

గూఢచక్రాన్ని విభజించేటప్పుడు, కింది అంశాలను పరిగణించండి:

ప్రతి విభాగం స్వతంత్రంగా ఉండాలి.

- ప్రతి విభాగానికి ఒక ప్రత్యేకమైన ఉద్దేశ్యం ఉండాలి.
- ప్రతి విభాగం సురక్షితంగా ఉండాలి.

ముఖ్యమైన సిబ్బంది

గూఢచక్రాన్ని రహస్యంగా ఉంచడంలో ముఖ్యమైన పాత్ర పోషించే మరొక అంశం ముఖ్యమైన సిబ్బంది. ముఖ్యమైన సిబ్బంది అనేది గూఢచక్రానికి సంబంధించిన రహస్యాలను తెలిసిన వ్యక్తులు. ముఖ్యమైన సిబ్బందిని జాగ్రత్తగా ఎంచుకోవడం మరియు వారిని నమ్మడం ముఖ్యం.

ముఖ్యమైన సిబ్బందిని ఎంచుకునేటప్పుడు, కింది అంశాలను పరిగణించండి:

- అభ్యర్థులు విశ్వసనీయంగా ఉండాలి మరియు రహస్యాలను కాపాడుకోగలగాలి.
- అభ్యర్థులు గూఢచక్రానికి సంబంధించిన ప్రమాదాలను అర్థం చేసుకోవాలి.
- అభ్యర్థులు గూఢచక్రానికి అంకితభావం కలిగి ఉండాలి.

గూఢచక్రాలను రహస్యంగా ఉంచడానికి కొన్ని అదనపు చిట్కాలు

- గూఢచక్రాన్ని నిర్మించేటప్పుడు, సాధ్యమైనంత తక్కువ మందికి తెలియజేయండి.
- గూఢచక్రానికి సంబంధించిన డాక్యుమెంటేషన్‌ను సురక్షితంగా నిల్వ చేయండి.

# జీవితంలో ఒక రోజు: ఔషధాల పంపిణీ యొక్క పని ప్రవాహం మరియు ప్రక్రియలు

ఉదయం

ఉదయం 6 గంటలకు, ఔషధాల పంపిణీ కేంద్రం మొదట తెరుచుకుంటుంది. సిబ్బంది రావడం ప్రారంభిస్తారు మరియు వారి రోజును ప్రారంభిస్తారు.

మొదటి పని ప్రక్రియలలో ఒకటి ఔషధాలను తనిఖీ చేయడం. సిబ్బంది ఔషధాల యొక్క పరిమితి తేదీలు మరియు నాణ్యతను తనిఖీ చేస్తారు. ఏదైనా ఔషధాలు తక్కువ నాణ్యత కలిగి ఉంటే లేదా వాడుకోవడానికి తగినది కాకపోతే, అవి తిరస్కరించబడతాయి.

ఔషధాల తనిఖీ తర్వాత, సిబ్బంది ఔషధాలను ప్యాక్ చేయడం ప్రారంభిస్తారు. ఔషధాలను రోగికి అందించే విధంగా ప్యాక్ చేయబడతాయి. ఔషధాల ప్యాకేజింగ్‌లో రోగి యొక్క పేరు, ఔషధం యొక్క పేరు మరియు పరిమాణం మరియు సూచనలు ఉంటాయి.

ఔషధాలను ప్యాక్ చేయడం పూర్తయిన తర్వాత, అవి రవాణా చేయబడతాయి. ఔషధాలు రోగులకు చేరేలా రవాణా కంపెనీలకు అందించబడతాయి.

మధ్యాహ్నం

మధ్యాహ్నం, సిబ్బంది రవాణా నుండి ఔషధాలను అందుకోవడం ప్రారంభిస్తారు. ఔషధాలు సురక్షితంగా

ఉన్నాయని మరియు ఏదైనా నాణ్యతా సమస్యలు లేవని సిబ్బంది తనిఖీ చేస్తారు.

ఔషధాల తనిఖీ తర్వాత, సిబ్బంది ఔషధాలను అమ్మకానికి సిద్ధంగా ఉంచుతారు. ఔషధాలు రోగులకు అందించే విధంగా అమ్మకంలో ఉంచబడతాయి.

సాయంత్రం

సాయంత్రం, సిబ్బంది రోగుల నుండి ఆర్డర్లను స్వీకరించడం ప్రారంభిస్తారు. ఆర్డర్లు రోగుల నుండి ఫోన్, ఇమెయిల్ లేదా వెబ్‌సైట్ ద్వారా స్వీకరించబడతాయి.

ఆర్డర్లు స్వీకరించబడిన తర్వాత, సిబ్బంది ఔషధాలను సేకరిస్తుంది. ఔషధాలు రోగులకు అందించే విధంగా సేకరించబడతాయి.

ఔషధాలను సేకరించిన తర్వాత, అవి రోగులకు పంపబడతాయి. రోగులు ఔషధాలను తమ ఇంటికి పంపించడానికి ఎంచుకోవచ్చు లేదా వాటిని ఔషధాల పంపిణీ కేంద్రం నుండి తమకు స్వయంగా తీసుకోవచ్చు.

# సవాళ్లు మరియు ఆందోళనలు: రోగులు ఫార్మసీ సెట్టింగ్ లలో ఎదుర్కొనే సాధారణ ఆందోళనలు

సారాంశం

ఫార్మసీ సెట్టింగ్‌లు రోగులకు వైద్య సేవలను అందించడానికి ఒక ముఖ్యమైన ప్రదేశం. అయితే, రోగులు ఈ సెట్టింగ్‌లలో అనేక సవాళ్లు మరియు ఆందోళనలను ఎదుర్కొంటారు. ఈ సవాళ్లు మరియు ఆందోళనలను అర్థం చేసుకోవడం మరియు వాటిని ఎలా అధిగమించాలో తెలుసుకోవడం ద్వారా, ఫార్మసిస్టులు మరియు ఇతర ఆరోగ్య సంరక్షణ నిపుణులు రోగులకు మరింత సమర్థవంతమైన మరియు సౌకర్యవంతమైన అనుభవాన్ని అందించవచ్చు.

సవాళ్లు

ఫార్మసీ సెట్టింగ్‌లలో రోగులు ఎదుర్కొనే కొన్ని సాధారణ సవాళ్లు ఇక్కడ ఉన్నాయి:

సమాచార లోపం: రోగులు తమ మందుల గురించి సరైన సమాచారాన్ని పొందకపోవచ్చు. ఇది వారి మందులను సరిగ్గా తీసుకోవడం మరియు వాటి ప్రభావాలను అర్థం చేసుకోవడం కష్టతరం చేస్తుంది.

ఖర్చు: మందులు ఖరీదైనవి కావచ్చు. ఇది రోగులు తమ మందులను తీసుకోవడం కష్టతరం చేస్తుంది.

అసౌకర్యం: ఫార్మసీ సెట్టింగ్‌లు కొన్నిసార్లు రద్దీగా మరియు అసౌకర్యంగా ఉంటాయి. ఇది రోగులకు వారి మందులను పొందడం కష్టతరం చేస్తుంది.

- భయం: కొంతమంది రోగులు ఫార్మసీలను భయపడతారు. ఇది వారు తమ మందులను తీసుకోవడం మరియు వారి ఆరోగ్య సంరక్షణను నిర్వహించడం నుండి వారు దూరంగా ఉండటానికి కారణమవుతుంది.

ఆందోళనలు

ఫార్మసీ సెట్టింగ్‌లలో రోగులు ఎదుర్కొనే కొన్ని సాధారణ ఆందోళనలు ఇక్కడ ఉన్నాయి:

- మందుల దుష్ప్రభావాల భయం: రోగులు తమ మందుల దుష్ప్రభావాల గురించి ఆందోళన చెందుతారు. ఇది వారు తమ మందులను తీసుకోవడం నుండి వారు దూరంగా ఉండటానికి కారణమవుతుంది.

- మందుల ఖర్చు గురించి ఆందోళన: రోగులు తమ మందుల ఖర్చు గురించి ఆందోళన చెందుతారు. ఇది వారు తమ మందులను తీసుకోవడం నుండి వారు దూరంగా ఉండటానికి కారణమవుతుంది.

- మందులను సరిగ్గా తీసుకోవడం గురించి ఆందోళన: రోగులు తమ మందులను సరిగ్గా తీసుకోవడం గురించి ఆందోళన చెందుతారు. ఇది వారు తమ మందుల నుండి పూర్తి ప్రయోజనాన్ని పొందకుండా ఉండటానికి కారణమవుతుంది.

# Chapter 2: The Pill Playbook: Understanding Medications

# అధ్యాయం 2: మాత్రల పుస్తకం: ఔషధాలను అర్థం చేసుకోవడం

## ఔషధాల ప్రాథమికాలు: రకాలు, వర్గీకరణలు మరియు పరిపాలన మార్గాలు

ఔషధాలు అనేవి వ్యాధులను నివారించడానికి, చికిత్స చేయడానికి లేదా నియంత్రించడానికి ఉపయోగించే పదార్థాలు. అవి సహజ మూలాలు, సంశ్లేషణ మూలాలు లేదా రెండింటి కలయిక నుండి తయారు చేయబడతాయి.

ఔషధాల రకాలు

ఔషధాలను వాటి ప్రభావం ఆధారంగా అనేక రకాలుగా వర్గీకరించవచ్చు. కొన్ని ప్రధాన రకాలు:

వ్యాధి నిరోధక మందులు: వ్యాధులను అభివృద్ధి చెందకుండా నిరోధించడానికి ఉపయోగించే ఔషధాలు. ఉదాహరణలు: టీకాలు, యాంటీవైరల్ మందులు.

చికిత్సా మందులు: వ్యాధులను చికిత్స చేయడానికి ఉపయోగించే ఔషధాలు. ఉదాహరణలు: పెయిన్ కిల్లర్లు, యాంటీబయాటిక్స్.

నియంత్రణ మందులు: వ్యాధులను నియంత్రించడానికి ఉపయోగించే ఔషధాలు. ఉదాహరణలు: మధుమేహం కోసం మందులు, రక్తపోటు కోసం మందులు.

ఔషధాల వర్గీకరణ

ఔషధాలను వాటి రసాయన నిర్మాణం ఆధారంగా కూడా వర్గీకరించవచ్చు. కొన్ని ప్రధాన వర్గాలు:

- అల్కలాయిడ్లు: సహజ మూలాల నుండి తీసిన ఔషధాలు. ఉదాహరణలు: మోర్ఫిన్, కోడిన్.
- ప్లాంట్ సైన్థెటిక్స్: మొక్కల నుండి తీసిన పదార్థాల నుండి సంశ్లేషించబడిన
ఔషధాలు. ఉదాహరణలు: ఇబుప్రోఫెన్, ఎసిటమినోఫెన్.
- సెల్ సైన్థెటిక్స్: సెల్యులార్ ప్రక్రియలను ప్రభావితం చేసే ఔషధాలు. ఉదాహరణలు: యాంటీబయాటిక్స్, యాంటీడిప్రెసెంట్లు.

ఔషధాల పరిపాలన మార్గాలు

ఔషధాలు వివిధ మార్గాల్లో పరిపాలించబడతాయి. కొన్ని ప్రధాన మార్గాలు:

- నోటి ద్వారా: టాబ్లెట్లు, క్యాప్సూల్‌లు, సిరప్‌లు మరియు లాజెంజ్‌లు వంటి ఔషధాలను నోటి ద్వారా తీసుకోవచ్చు.
- చర్మం ద్వారా: మైల్మ్, క్రిమ్, లోషన్‌లు మరియు పాచ్‌లు వంటి ఔషధాలను చర్మం ద్వారా పరిపాలించవచ్చు.
- మౌఖికంగా: స్ప్రేలు, ఇంజెక్షన్లు మరియు నోటి రింగ్‌లు వంటి ఔషధాలను మౌఖికంగా పరిపాలించవచ్చు.
- నేత్రాల ద్వారా: ఐ డ్రాప్‌లు మరియు ఐ సిరప్‌లు వంటి ఔషధాలను నేత్రాల ద్వారా పరిపాలించవచ్చు.

# లేబుళ్లను డీకోడింగ్ చేయడం: ఔషధ సమాచారాన్ని ఒక ప్రో లాగా చదవడం

సారాంశం

ఔషధం తీసుకోవడం అనేది అనారోగ్యం నుండి కోలుకోవడానికి లేదా దానిని నియంత్రించడానికి ఒక సాధారణ మార్గం. అయితే, ఔషధాల గురించి సరైన సమాచారాన్ని కలిగి ఉండటం చాలా ముఖ్యం. ఇది మీకు మీ మందులను సరిగ్గా తీసుకోవడంలో సహాయపడుతుంది మరియు దుష్ప్రభావాలను నివారించడంలో సహాయపడుతుంది.

ఔషధం గురించి సరైన సమాచారాన్ని పొందడానికి ఒక మంచి మార్గం దాని లేబుల్ను చదవడం. ఔషధ లేబుల్లు చాలా సమాచారాన్ని కలిగి ఉంటాయి, కానీ అవి చాలా సాంకేతికతతో కూడినవిగా ఉంటాయి. ఈ కథనంలో, మేము ఔషధ లేబుల్ లను డీకోడింగ్ చేయడానికి మీకు సహాయపడే కొన్ని చిట్కాలను అందిస్తాము.

ఔషధ లేబుల్లోని అంశాలు

ఔషధ లేబుల్లో సాధారణంగా క్రింది అంశాలు ఉంటాయి:

- ఔషధం యొక్క పేరు: ఈ పేరు ఔషధం యొక్క యాక్టివ్ ఇంగ్రెడియెంట్ను సూచిస్తుంది.
- ఔషధం యొక్క శ్రావ్యం: ఈ సంఖ్య ఔషధం యొక్క యాక్టివ్ ఇంగ్రెడియెంట్ యొక్క మొత్తాన్ని సూచిస్తుంది.

- ఔషధం యొక్క ఉపయోగం: ఈ విభాగం ఔషధాన్ని ఎందుకు ఉపయోగిస్తారు అనే దాని గురించి సమాచారాన్ని అందిస్తుంది.
- ఔషధం యొక్క దుష్ప్రభావాలు: ఈ విభాగం ఔషధం యొక్క సాధారణ దుష్ప్రభావాల గురించి సమాచారాన్ని అందిస్తుంది.
- ఔషధం యొక్క జాగ్రత్తలు: ఈ విభాగం ఔషధాన్ని తీసుకునేటప్పుడు తీసుకోవలసిన జాగ్రత్తల గురించి సమాచారాన్ని అందిస్తుంది.

లేబుల్‌ను చదవడానికి చిట్కాలు

ఔషధ లేబుల్‌ను చదవడం కష్టంగా అనిపించవచ్చు, కానీ కొన్ని చిట్కాలను అనుసరించడం ద్వారా మీరు దానిని సులభతరం చేయవచ్చు:

- మీరు అర్థం చేసుకోలేని ఏదైనా ఉంటే, మీ డాక్టర్ లేదా ఫార్మసిస్ట్‌ను అడగండి.
- ఔషధం యొక్క ఉపయోగం మరియు దుష్ప్రభావాల గురించి ముఖ్యమైన సమాచారాన్ని గుర్తుంచుకోవడానికి ఒక చిన్న చిట్కాలను తయారు చేయండి.
- ఔషధం యొక్కక జాగ్రత్తలను ఖచ్చితంగా పాటించండి.

# బ్రాండ్ vs జనరిక్: ఖర్చు మరియు ప్రయోజనాలను అర్థం చేసుకోవడం

ఔషధాలను సాధారణంగా రెండు రకాలుగా విభజించవచ్చు: బ్రాండ్ మరియు జనరిక్. బ్రాండ్ ఔషధాలు ప్రత్యేకమైన పేరు మరియు లేబుల్‌ను కలిగి ఉంటాయి మరియు సాధారణంగా జనరిక్ ఔషధాల కంటే ఖరీదైనవి. జనరిక్ ఔషధాలు అదే సూత్రాన్ని కలిగి ఉంటాయి మరియు బ్రాండ్ ఔషధాల మాదిరిగానే పనిచేస్తాయి, కానీ అవి సాధారణంగా చాలా తక్కువ ఖరీదైనవి.

బ్రాండ్ ఔషధాల ప్రయోజనాలు

బ్రాండ్ ఔషధాల కొన్ని ప్రయోజనాలు ఇక్కడ ఉన్నాయి:

కొత్త సాంకేతికతలు: బ్రాండ్ ఔషధాలు తరచుగా కొత్త సాంకేతికతలను ఉపయోగిస్తాయి, ఇవి అధిక నాణ్యత లేదా మెరుగైన ప్రభావాన్ని అందిస్తాయి.

సౌకర్యం: బ్రాండ్ ఔషధాలు సాధారణంగా జనరిక్ ఔషధాల కంటే ఎక్కువ శ్రేణిలో లభిస్తాయి మరియు వాటిని కొనడం సులభం.

పేరు గుర్తింపు: బ్రాండ్ ఔషధాలు సాధారణంగా జనరిక్ ఔషధాల కంటే ఎక్కువ పేరు గుర్తింపును కలిగి ఉంటాయి, ఇది వాటిని కొనడానికి మరింత ఆకర్షణీయంగా చేస్తుంది.

జనరిక్ ఔషధాల ప్రయోజనాలు

జనరిక్ ఔషధాల కొన్ని ప్రయోజనాలు ఇక్కడ ఉన్నాయి:

- ఖర్చు: జనరిక్ ఔషధాలు బ్రాండ్ ఔషధాల కంటే సాధారణంగా చాలా తక్కువ ఖరీదైనవి.
- నాణ్యత: జనరిక్ ఔషధాలు అదే సూత్రాన్ని కలిగి ఉంటాయి మరియు బ్రాండ్ ఔషధాల మాదిరిగానే పనిచేస్తాయి.
- సురక్షితత: జనరిక్ ఔషధాలు FDA ఆమోదం పొందాయి మరియు బ్రాండ్ ఔషధాల మాదిరిగానే సురక్షితంగా ఉన్నాయి.

బ్రాండ్ మరియు జనరిక్ ఔషధాల మధ్య తేడా

బ్రాండ్ మరియు జనరిక్ ఔషధాల మధ్య ప్రధాన తేడా వాటి ధర. బ్రాండ్ ఔషధాలు జనరిక్ ఔషధాల కంటే సాధారణంగా చాలా ఖరీదైనవి. ఇది ఎందుకంటే బ్రాండ్ ఔషధాలను కొత్తగా అభివృద్ధి చేయాలి మరియు వాటిపై పరిశోధన మరియు అభివృద్ధికి ఖర్చు అవుతుంది. జనరిక్ ఔషధాలు ఇప్పటికే అభివృద్ధి చేయబడిన సూత్రాలను ఉపయోగిస్తాయి, కాబట్టి అవి తక్కువ ఖరీదైనవి.

# ఔషధ భద్రతా చిట్కాలు: నిల్వ, పారవేయడం మరియు పరస్పర చర్యలను నివారించడం

సారాంశం

ఔషధాలను సురక్షితంగా ఉపయోగించడం అనేది మీ ఆరోగ్యాన్ని కాపాడుకోవడానికి ముఖ్యం. ఔషధాలను సరిగ్గా నిల్వ చేయడం, పారవేయడం మరియు పరస్పర చర్యలను నివారించడం వంటి కొన్ని ప్రాథమిక భద్రతా చిట్కాలను అనుసరించడం ద్వారా, మీరు ఔషధాల నుండి సాధ్యమైన అన్ని ప్రయోజనాలను పొందవచ్చు మరియు దుష్ప్రభావాల ప్రమాదాన్ని తగ్గించవచ్చు.

నిల్వ

ఔషధాలను సురక్షితంగా నిల్వ చేయడానికి, మీరు క్రింది చిట్కాలను అనుసరించాలి:

ఔషధాలను పిల్లలు మరియు పెంపుడు జంతువులకు అందుబాటులో లేని చోట నిల్వ చేయండి.

ఔషధాలను చల్లని, పొడి ప్రదేశంలో నిల్వ చేయండి.

ఔషధాలను తేమ, వేడి మరియు నేరుగా సూర్యకాంతి నుండి దూరంగా ఉంచండి.

ఔషధాలను వాటి లేబుల్లపై సూచించిన విధంగా నిల్వ చేయండి.

పారవేయడం

ఔషధాలను సురక్షితంగా పారవేయడానికి, మీరు క్రింది చిట్కాలను అనుసరించాలి:

- ఔషధాలను డ్రైనేజీ లేదా టాయిలెట్‌లోకి ఫ్లష్ చేయవద్దు.
- ఔషధాలను కాలుష్యం చేయకుండా ఉండే విధంగా పారవేయండి.
- మీ ప్రాంతంలోని ఔషధాల పారవేయడానికి సరిగ్గా ఏర్పాటు చేసిన పాయింట్‌ను కనుగొనండి.

పరస్పర చర్యలు

కొన్ని ఔషధాలు ఒకదానితో ఒకటి పరస్పర చర్యలకు కారణమవుతాయి. ఇది దుష్ప్రభావాల ప్రమాదాన్ని పెంచుతుంది. ఔషధాల పరస్పర చర్యలను నివారించడానికి, మీరు క్రింది చిట్కాలను అనుసరించాలి:

- మీరు తీసుకుంటున్న అన్ని ఔషధాల గురించి మీ డాక్టర్ లేదా ఫార్మసిస్ట్‌కు తెలియజేయండి.
- మీరు కొత్త ఔషధాన్ని ప్రారంభించే ముందు, దాని పరస్పర చర్యల గురించి మీ డాక్టర్ లేదా ఫార్మసిస్ట్‌ను అడగండి.
- మీరు ఔషధాలను స్వీయ-చికిత్స చేస్తున్నట్లయితే, ఔషధాల పరస్పర చర్యల గురించి మీరు చదవడానికి సమయం కేటాయించండి.

# Chapter 3: Doctor's Orders: The Prescription Journey

# అధ్యాయం 3: డాక్టర్ ఆర్డర్లు: ప్రిస్క్రిప్షన్ యాత్ర

## డాక్టర్ నుండి ఫార్మసిస్ట్ వరకు: ప్రిస్క్రిప్షన్లు ఎలా వ్రాయబడతాయి మరియు నింపబడతాయి.

ప్రిస్క్రిప్షన్ ఏమిటి?

ప్రిస్క్రిప్షన్ అనేది ఒక వైద్యుడు లేదా ఇతర ఆరోగ్య సంరక్షణ నిపుణుడు రోగికి ఔషధాన్ని సూచించడానికి ఉపయోగించే ఒక రకమైన పత్రం. ప్రిస్క్రిప్షన్‌లు సాధారణంగా ఔషధం యొక్క పేరు, మోతాదు మరియు తీసుకోవడానికి సూచనలను కలిగి ఉంటాయి.

ప్రిస్క్రిప్షన్‌లు ఎలా వ్రాయబడతాయి?

ప్రిస్క్రిప్షన్‌లను వ్రాయడానికి ఒక ప్రత్యేకమైన మార్గం ఉంది. ప్రిస్క్రిప్షన్‌లో కింది అంశాలు ఉండాలి:

- రోగి యొక్క పేరు, పుట్టిన తేదీ మరియు చిరునామా
- ఔషధం యొక్క పేరు మరియు మోతాదు
- ఔషధం తీసుకోవడానికి సూచనలు
- డాక్టర్ యొక్క సంతకం మరియు సర్టిఫికేట్

ప్రిస్క్రిప్షన్లు రెండు రకాలుగా వస్తాయి:

- సాంప్రదాయిక ప్రిస్క్రిప్షన్లు: ఈ ప్రిస్క్రిప్షన్లను డాక్టర్ వ్రాసి రోగికి ఇస్తారు. రోగి ఈ ప్రిస్క్రిప్షన్ను ఫార్మసీకి తీసుకెళ్లి ఔషధాన్ని పొందవచ్చు.
- ఎలక్ట్రానిక్ ప్రిస్క్రిప్షన్లు (E-ప్రిస్క్రిప్షన్లు): ఈ ప్రిస్క్రిప్షన్ లను డాక్టర్ ఎలక్ట్రానిక్‌గా రూపొందిస్తారు మరియు రోగి యొక్క ఆరోగ్య సంరక్షణ రికార్డులలో నిల్వ చేస్తారు. రోగి ఈ ప్రిస్క్రిప్షన్ను ఫార్మసీకి తీసుకెళ్లి ఔషధాన్ని పొందవచ్చు.

ప్రిస్క్రిప్షన్లు ఎలా నింపబడతాయి?

ఫార్మసిస్ట్ ప్రిస్క్రిప్షన్ను తీసుకున్న తర్వాత, వారు దానిని జాగ్రత్తగా పరిశీలిస్తారు. వారు ప్రిస్క్రిప్షన్‌లోని సమాచారం సరైనదో లేదో మరియు ఔషధం రోగికి సురక్షితమైనదో లేదో నిర్ధారించుకోవాలి.

ప్రిస్క్రిప్షన్ సరైనదని మరియు రోగికి సురక్షితమైనదని ఫార్మసిస్ట్ నిర్ధారించిన తర్వాత, వారు ఔషధాన్ని తయారు చేస్తారు. ఔషధం తయారు చేసిన తర్వాత, వారు రోగికి ఇస్తారు.

# ఔషధాల రీఫిల్లు: ముందుగానే ప్లాన్ చేయడం మరియు చికిత్సలో ఖాళీలను నివారించడం

ఔషధాల రీఫిల్లు మీ ఆరోగ్య సంరక్షణ యొక్క ఒక ముఖ్యమైన భాగం. మీరు మీ ఔషధాలను సకాలంలో పొందకపోతే, మీరు మీ చికిత్సను తాత్కాలికంగా నిలిపివేయవచ్చు లేదా మీరు మీ లక్ష్యాలను సాధించడంలో విఫలమవచ్చు.

మీ ఔషధాల రీఫిల్లను ముందుగానే ప్లాన్ చేయడం ద్వారా, మీరు చికిత్సలో ఖాళీలను నివారించవచ్చు. ఇక్కడ కొన్ని చిట్కాలు ఉన్నాయి:

మీ డాక్టర్ లేదా ఫార్మసిస్ట్ తో మీ రీఫిల్ షెడ్యూల్ ను మాట్లాడండి. వారు మీకు మీ అవసరాలకు సరిపోయే షెడ్యూల్ ను రూపొందించడంలో సహాయపడగలరు.

మీ ఔషధాల పునాదిని తెలుసుకోండి. మీ ఔషధం యొక్క పేరు, మోతాదు మరియు తీసుకోవడానికి సూచనలను తెలుసుకోండి.

మీ ఔషధాల యొక్క పరిమితి తేదీని తెలుసుకోండి. ఔషధం యొక్క పరిమితి తేదీ దాటిపోయిన తర్వాత దానిని తీసుకోవడం సురక్షితం కాదు.

మీ ఔషధాలను నిల్వ చేయడానికి సరైన మార్గాన్ని తెలుసుకోండి. చాలా ఔషధాలను చల్లని, పొడి ప్రదేశంలో నిల్వ చేయాలి.

మీరు మీ ఔషధాల రీఫిల్లను ముందుగానే ప్లాన్ చేయడానికి కొన్ని నిర్దిష్ట చర్యలు తీసుకోవచ్చు:

- మీ డాక్టర్ లేదా ఫార్మసిస్ట్‌ను మీ రీఫిల్‌లకు సమయానికి ముందు రిమైండర్‌లను సెట్ చేయమని అడగండి.
- మీ ఔషధాలను పొందడానికి మీకు సులభమైన మార్గాన్ని కనుగొనండి. మీరు మీ డాక్టర్ కార్యాలయం, ఫార్మసీ లేదా ఆన్ లైన్‌లో ఔషధాలను పొందవచ్చు.
- మీరు ఒక ప్రయాణం లేదా వీకెండ్‌కు వెళ్లే ముందు, మీకు సరిపోయేంత ఔషధాలను తీసుకోండి.

మీ ఔషధాల రీఫిల్‌లను ముందుగానే ప్లాన్ చేయడం ద్వారా, మీరు మీ ఆరోగ్యాన్ని మరింత బాగా నిర్వహించడంలో సహాయపడవచ్చు.

కో-పే మరియు ముందస్తు అధికారాలను అర్థం చేసుకోవడం ద్వారా, మీరు మీ బీమా కవరేజ్‌ను ఉత్తమంగా ఉపయోగించుకోవచ్చు. కింది చిట్కాలను అనుసరించండి:

- మీ బీమా పాలసీని జాగ్రత్తగా చదవండి. ఇది మీ కో-పే మరియు ముందస్తు అధికారాల గురించి సమాచారాన్ని అందిస్తుంది.

- మీ బీమా కంపెనీతో మాట్లాడండి. మీకు ఏవైనా ప్రశ్నలు ఉంటే లేదా మీరు అర్థం చేసుకోలేకపోతే, మీ బీమా కంపెనీతో మాట్లాడండి.

- మీ వైద్యుడితో మాట్లాడండి. మీరు ఏదైనా చికిత్సను పొందాలనుకుంటే, మీ వైద్యుడు మీ బీమా కవరేజ్‌ను పరిగణనలోకి తీసుకుంటాడు.

కో-పే మరియు ముందస్తు అధికారాలను అర్థం చేసుకోవడం ద్వారా, మీరు మీ ఆరోగ్య సంరక్షణ ఖర్చులను నిర్వహించడంలో మరియు మీకు అవసరమైన సంరక్షణను పొందడంలో సహాయపడే మంచి నిర్ణయాలు తీసుకోగలరు.

# బీమా కవరేజ్‌ను అర్థం చేసుకోవడం: కో-పేస్ మరియు ముందస్తు అధికారాలను నావిగేట్ చేయడం

సారాంశం

బీమా కవరేజ్ అనేది మీరు బీమా పాలసీని కొనుగోలు చేసినప్పుడు మీరు పొందే రక్షణ యొక్క మొత్తం. మీ బీమా కవరేజ్‌ను అర్థం చేసుకోవడం చాలా ముఖ్యం, తద్వారా మీరు మీ చికిత్స ఖర్చులను నిర్వహించగలరు మరియు మీకు అవసరమైన సంరక్షణను పొందగలరు.

కో-పే

కో-పే అనేది మీరు మీ బీమా కంపెనీతో పంచుకోవలసిన వ్యయం. ఇది సాధారణంగా మీరు చెల్లించాల్సిన నిర్దిష్ట మొత్తం లేదా శాతం. ఉదాహరణకు, మీరు $1,000 చికిత్స కోసం బీమా కవరేజ్‌ను కలిగి ఉన్నట్లయితే మరియు మీ కో-పే 20% అయితే, మీరు $200 చెల్లించాలి మరియు మీ బీమా కంపెనీ $800 చెల్లిస్తుంది.

ముందస్తు అధికారాలు

ముందస్తు అధికారాలు అనేది మీరు కొన్ని రకాల వైద్య చికిత్సల కోసం ముందుగానే మీ బీమా కంపెనీ నుండి అనుమతి పొందాల్సిన అవసరం. ఇది ఖరీదైన చికిత్సల కోసం, లేదా మీరు మీ బీమా కవరేజ్‌లోని ప్రత్యేక నిబంధనలను తీర్చని చికిత్సల కోసం ఉండవచ్చు.

కో-పే మరియు ముందస్తు అధికారాలను నావిగేట్ చేయడం

# అత్యవసర పరిస్థితులు మరియు సమయం తర్వాత: ఫార్మసీ మూసివేసినప్పుడు ఔషధాలను యాక్సెస్ చేయడం

సారాంశం

ఫార్మసీలు సాధారణంగా రోజుకు కొన్ని గంటలు మాత్రమే తెరిచి ఉంటాయి. అయితే, అత్యవసర పరిస్థితులలో లేదా ఫార్మసీ తెరిచి ఉన్నప్పుడు మీకు అవసరమైన ఔషధాలను మీరు పొందలేకపోతే, మీరు చేయగలిగే కొన్ని విషయాలు ఉన్నాయి.

అత్యవసర పరిస్థితులలో

- 1-800-222-1222 నంబరుకు కాల్ చేయండి. ఈ నంబర్ యునైటెడ్ స్టేట్స్‌లోని అన్ని ప్రాంతాలలో అందుబాటులో ఉంది మరియు మీరు అత్యవసర వైద్య సహాయం కోసం 24/7 అందుబాటులో ఉంటుంది.
- మీ ప్రాంతంలోని 24-గంటల ఫార్మసీని కనుగొనండి. మీరు మీ ప్రాంతంలోని ఫార్మసీలను కనుగొనడానికి మీ ఫోన్ బుక్‌ను ఉపయోగించవచ్చు లేదా మీ వైద్యుడిని లేదా ఆరోగ్య సంరక్షణ ప్రదాతను అడగవచ్చు.

సమయం తర్వాత

- మీరు మీ వైద్యుడిని లేదా ఆరోగ్య సంరక్షణ ప్రదాతను సంప్రదించండి. వారు మీకు మీరు అవసరమైన ఔషధాలను ఎక్కడ నుండి పొందవచ్చో సమాచారాన్ని అందించగలరు.

- మీరు మీ ఫార్మసీతో మాట్లాడవచ్చు. వారు మీకు మీకు అవసరమైన ఔషధాలను తీసుకురావడానికి సహాయం చేయగలరు.

మీ ఔషధాలను యాక్సెస్ చేయడానికి కొన్ని నిర్దిష్ట చిట్కాలు

- మీరు తరచుగా ఉపయోగించే ఔషధాలను మీ ఇంట్లో ఉంచుకోండి. ఇది మీరు అత్యవసర పరిస్థితిలో ఉన్నప్పుడు ఔషధాలను పొందడం సులభతరం చేస్తుంది.
- మీ ఔషధాల నుండి ఒక నెల యొక్క సరఫరాను కలిగి ఉండటానికి ప్రయత్నించండి. ఇది మీరు ఫార్మసీ తెరిచి ఉన్నప్పుడు ఔషధాలను కొనుగోలు చేయడానికి మీకు మరింత సమయం ఇస్తుంది.
- మీ ఔషధాలను ఎప్పుడు పునరుద్ధరించాలి అనే దాని గురించి మీ వైద్యుడితో మాట్లాడండి. ఇది మీరు ఔషధాలను అవసరమైనప్పుడు వాటిని కలిగి ఉండటానికి సహాయపడుతుంది.

మీరు ఫార్మసీ మూసివేసినప్పుడు ఔషధాలను యాక్సెస్ చేయడం గురించి మీకు ఏవైనా ప్రశ్నలు ఉంటే, మీ వైద్యుడిని లేదా ఆరోగ్య సంరక్షణ ప్రదాతను అడగండి.

# Chapter 4: Talking Tablets: Effective Communication with Pharmacists

# అధ్యాయం 4: టాకింగ్ టాబ్లెట్స్: ఫార్మసిస్ట్ లతో ఫలిత కమ్యూనికేషన్

## సరైన ప్రశ్నలు అడగండి: ఔషధాలు మరియు మోతాదుల గురించి సందేహాలను స్పష్టం చేయండి.

ఔషధాలు మరియు మోతాదుల గురించి మీకు ఏవైనా ప్రశ్నలు ఉంటే, మీ డాక్టర్ లేదా ఫార్మసిస్ట్‌తో మాట్లాడటం చాలా ముఖ్యం. వారు మీ ప్రశ్నలకు సమాధానం ఇవ్వడంలో మరియు మీకు సరైన చికిత్సను పొందడంలో మీకు సహాయపడగలరు.

మీరు మీ డాక్టర్ లేదా ఫార్మసిస్ట్‌తో మాట్లాడేటప్పుడు, మీరు ఆలోచించాల్సిన కొన్ని ప్రశ్నలు ఇక్కడ ఉన్నాయి:

ఔషధం నాకు ఎందుకు అవసరం?

ఔషధం ఎలా పని చేస్తుంది?

ఔషధం యొక్క సాధారణ దుష్ప్రభావాలు ఏమిటి?

నాకు ఏవైనా దుష్ప్రభావాలు కనిపిస్తే నాకు ఏమి చేయాలి?

ఔషధాన్ని ఎలా తీసుకోవాలి?

ఔషధం ఎంతకాలం తీసుకోవాలి?

ఔషధం యొక్క పరిమితి తేదీ ఏమిటి?

మీరు మీ ప్రశ్నలను ముందుగానే సిద్ధం చేసుకోవడం మంచిది. ఇది మీ సమయాన్ని ఆదా చేయడంలో మరియు మీరు మీ డాక్టర్ లేదా ఫార్మసిస్ట్‌తో మాట్లాడేటప్పుడు మీరు మీ ఆలోచనలను గుర్తుంచుకోవడంలో మీకు సహాయపడుతుంది.

మీరు మీ ఔషధాల గురించి ఆందోళన చెందుతుంటే, మీ డాక్టర్ లేదా ఫార్మసిస్ట్‌తో మాట్లాడటానికి సంకోచించకండి. వారు మీ ఆందోళనలను తొలగించడంలో మరియు మీకు సరైన చికిత్సను పొందడంలో మీకు సహాయపడగలరు.

సరైన ప్రశ్నలు అడగడానికి కొన్ని చిట్కాలు:

- మీ ప్రశ్నలను ముందుగానే సిద్ధం చేయండి.
- మీ ప్రశ్నలు స్పష్టంగా మరియు సంక్షిప్తంగా ఉంచండి.
- మీరు ఏమి అడుగుతున్నారో మీకు తెలియకపోతే, దాని గురించి నిర్లక్ష్యం చేయకండి.
- మీరు ఏవైనా సమాచారాన్ని అర్థం చేసుకోలేకపోతే, అది మీకు సరిగ్గా వివరించమని అడగండి.

మీరు మీ ఔషధాల గురించి సరైన సమాచారాన్ని కలిగి ఉంటే, మీరు మీ చికిత్సను మరింత సమర్థవంతంగా నిర్వహించగలరు.

# సిద్ధంగా ఉండండి: సంప్రదింపులకు ఔషధాల జాబితా మరియు అలెర్జీలను తీసుకురావడం

సారాంశం

మీరు వైద్యుడిని లేదా ఇతర ఆరోగ్య సంరక్షణ ప్రదాతను సంప్రదించేటప్పుడు, మీరు మీ ఆరోగ్యానికి సంబంధించిన అన్ని సమాచారాన్ని వారితో పంచుకోవడం చాలా ముఖ్యం. ఇందులో మీరు తీసుకుంటున్న ఔషధాల జాబితా మరియు మీకు ఉన్న ఏవైనా అలెర్జీలు ఉన్నాయి. ఈ సమాచారం మీ వైద్యుడిని మీ ఆరోగ్యాన్ని సమగ్రంగా అర్థం చేసుకోవడంలో మరియు మీకు అత్యంత సరైన చికిత్సను అందించడంలో సహాయపడుతుంది.

ఔషధాల జాబితా

మీరు తీసుకుంటున్న ఔషధాల జాబితాను తీసుకురావడం చాలా ముఖ్యం. ఈ జాబితాలో క్రింది అంశాలు ఉండాలి:

ఔషధం యొక్క పేరు

ఔషధం యొక్క తయారీదారు

ఔషధం యొక్క శ్రావ్యం

ఔషధం యొక్క ఉపయోగం

ఔషధం యొక్క దుష్ప్రభావాలు

మీరు తీసుకుంటున్న ఔషధాల జాబితాను రూపొందించడానికి, మీరు మీ ఔషధాల లేబుల్‌లను పరిశీలించవచ్చు. మీరు మీ ఫార్మసిస్ట్‌ను కూడా అడగవచ్చు.

అలెర్జీల జాబితా

మీకు ఉన్న ఏవైనా అలెర్జీల జాబితాను తీసుకురావడం కూడా చాలా ముఖ్యం. ఈ జాబితాలో క్రింది అంశాలు ఉండాలి:

- అలెర్జీ యొక్క పేరు
- అలెర్జీ యొక్క తీవ్రత
- అలెర్జీ యొక్క లక్షణాలు

మీరు అలెర్జీల జాబితాను రూపొందించడానికి, మీరు మీ డాక్టర్ లేదా ఇతర ఆరోగ్య సంరక్షణ ప్రదాతతో మాట్లాడవచ్చు.

మీ ఔషధాల జాబితా మరియు అలెర్జీల జాబితాను ఎక్కడ ఉంచుతారు?

మీరు మీ ఔషధాల జాబితా మరియు అలెర్జీల జాబితాను మీరు ఎల్లప్పుడూ మీతో ఉంచుకోవచ్చు. మీరు మీ పర్స్‌లో, మీ కారులో లేదా మీ ఇంట్లో దానిని ఉంచవచ్చు. మీరు మీ ఫార్మసిస్ట్‌కు కూడా ఇవ్వవచ్చు.

మీ ఔషధాల జాబితా మరియు అలెర్జీల జాబితాను మీ సంప్రదింపులకు తీసుకురావడం ద్వారా, మీరు మీ వైద్యుడికి మీ ఆరోగ్యానికి సంబంధించిన అన్ని సమాచారాన్ని అందించడంలో సహాయపడతారు. ఇది మీకు అత్యంత సరైన చికిత్సను అందించడంలో వారికి సహాయపడుతుంది.

# బహిరంగ మరియు నిజాయితీ కమ్యూనికేషన్: ఆందోళనలు మరియు దుష్ప్రభావాలను ప్రభావవంతంగా పంచుకోవడం

మీ డాక్టర్ లేదా ఫార్మసిస్ట్‌తో బహిరంగ మరియు నిజాయితీగా కమ్యూనికేట్ చేయడం మీ ఆరోగ్య సంరక్షణ యొక్క ముఖ్యమైన భాగం. ఇది మీకు సరైన చికిత్సను పొందడంలో మరియు మీ ఆరోగ్యాన్ని మెరుగుపరచడంలో సహాయపడుతుంది.

మీరు మీ డాక్టర్ లేదా ఫార్మసిస్ట్‌తో మాట్లాడేటప్పుడు, మీరు ఆందోళనలు లేదా దుష్ప్రభావాలను అనుభవిస్తే, వాటి గురించి వారికి తెలియజేయడం ముఖ్యం. మీ ఆందోళనలు లేదా దుష్ప్రభావాలను నిర్లక్ష్యం చేయడం వల్ల మీ చికిత్స యొక్క ప్రభావాన్ని దెబ్బతీస్తుంది మరియు మీ ఆరోగ్యానికి హాని కలిగించవచ్చు.

మీ ఆందోళనలు లేదా దుష్ప్రభావాలను ప్రభావవంతంగా పంచుకోవడానికి, మీరు క్రింది చిట్కాలను అనుసరించవచ్చు:

- మీరు ఏమి అనుభవిస్తున్నారో స్పష్టంగా మరియు సంక్షిప్తంగా వివరించండి.
- మీ ఆందోళనలు లేదా దుష్ప్రభావాలు మీ జీవితాన్ని ఎలా ప్రభావితం చేస్తున్నాయో వివరించండి.
- మీరు మీ ఆరోగ్య సంరక్షణ నిపుణుడు నుండి ఏమి ఆశిస్తున్నారో తెలియజేయండి.

మీరు మీ ఆందోళనలు లేదా దుష్ప్రభావాల గురించి మాట్లాడటానికి ఇబ్బంది పడుతుంటే, మీరు ముందుగానే కొన్ని ముఖ్యమైన విషయాలను రాసి ఉంచుకోవచ్చు. ఇది మీరు మీ ఆలోచనలను గుర్తుంచుకోవడంలో మరియు మీ సంభాషణను స్థిరంగా ఉంచడంలో మీకు సహాయపడుతుంది.

మీరు మీ ఆందోళనలు లేదా దుష్ప్రభావాల గురించి మాట్లాడటానికి ఇప్పటికీ ఇబ్బంది పడుతుంటే, మీరు మీ డాక్టర్ లేదా ఫార్మసిస్ట్‌కు ముందుగానే తెలియజేయవచ్చు. వారు మీకు మాట్లాడటం సులభతరం చేయడానికి కొన్ని చిట్కాలను అందించగలరు.

మీరు మీ ఆరోగ్య సంరక్షణ నిపుణుడితో బహిరంగ మరియు నిజాయితీగా కమ్యూనికేట్ చేయడం ద్వారా, మీరు మీ చికిత్స యొక్క ప్రభావాన్ని మెరుగుపరచడానికి మరియు మీ ఆరోగ్యాన్ని మెరుగుపరచడానికి సహాయపడవచ్చు.

# ట్రస్ట్ నిర్మించడం: మీ ఫార్మసిస్ట్‌తో సానుకూల సంబంధాన్ని ఏర్పరచుకోవడం

సారాంశం

మీ ఫార్మసిస్ట్ మీ ఆరోగ్య సంరక్షణ ก॥ㄓ◌ంలో ఒక ముఖ్యమైన వ్యక్తి. వారు మీకు మీ ఔషధాలను సరైన మార్గంలో తీసుకోవడంలో సహాయపడగలరు, మీరు అనుభవించే ఏవైనా దుష్ప్రభావాల గురించి మీకు సలహా ఇవ్వగలరు మరియు మీ ఆరోగ్యం మరియు ఔషధాల గురించి మీకు ప్రశ్నలను అడగడానికి మిమ్మల్ని ప్రోత్సహించగలరు. మీ ఫార్మసిస్ట్‌తో సానుకూల సంబంధాన్ని ఏర్పరచుకోవడం ద్వారా, మీరు మీ ఆరోగ్యం గురించి ఉత్తమమైన నిర్ణయాలు తీసుకోవడంలో వారికి సహాయపడవచ్చు.

ట్రస్ట్ నిర్మించడానికి కొన్ని చిట్కాలు

సమయాన్ని కేటాయించండి. మీ ఫార్మసిస్ట్‌తో సంభాషించడానికి కొంత సమయాన్ని కేటాయించండి. మీరు మీ ఆరోగ్యం గురించి మరియు మీరు తీసుకుంటున్న ఔషధాల గురించి ఎంత ఎక్కువ సమాచారాన్ని అందించగలరో, మీ ఫార్మసిస్ట్ మీకు అంత మంచి సలహా ఇవ్వగలరు.

సమాచారంగా ఉండండి. మీరు తీసుకుంటున్న అన్ని ఔషధాల గురించి, మీకు ఉన్న ఏవైనా అలెర్జీల గురించి మరియు మీరు అనుభవించే ఏవైనా ఆరోగ్య సమస్యల గురించి మీ ఫార్మసిస్ట్‌కు తెలియజేయండి.

ప్రశ్నలు అడగండి. మీకు ఏవైనా ప్రశ్నలు ఉంటే, సంకోచించకండి. మీ ఫార్మసిస్ట్ మీకు సహాయం చేయడానికి సంతోషిస్తారు.

- సానుకూలంగా ఉండండి. మీ ఫార్మసిస్ట్‌తో సంభాషించేటప్పుడు, సానుకూలంగా ఉండండి. ఇది మీరు ఒకరినొకరు బాగా అర్థం చేసుకోవడానికి సహాయపడుతుంది.

మీ ఫార్మసిస్ట్‌తో సానుకూల సంబంధాన్ని ఏర్పరచుకోవడానికి కొన్ని నిర్దిష్ట విషయాలు:

- మీ ఫార్మసిస్ట్‌ను పేరుతో పిలుస్తండి. ఇది మీరు వారితో సంబంధం కలిగి ఉన్నారని వారిని తెలియజేస్తుంది.
- మీ ఫార్మసిస్ట్‌కు కృతజ్ఞతలు తెలియజేయండి. మీరు వారి సహాయానికి కృతజ్ఞతలు తెలియజేసినప్పుడు, వారు మీకు మరింత సహాయం చేయడానికి ఎక్కువగా ఉంటారు.
- మీ ఫార్మసిస్ట్‌కు విలువైన వినియోగదారు అవుతారు. మీరు మీ ఔషధాలను సకాలంలో తిరిగి పొందండి మరియు మీరు మీ ఫార్మసిస్ట్‌కు అవసరమైనప్పుడు ఉపయోగకరమైన సమాచారాన్ని అందించండి.

# Chapter 5: Beyond the Counter: Additional Services Offered by Hospital Pharmacies

# అధ్యాయం 5: కౌంటర్‌కు అవతల: ఆసుపత్రి ఫార్మసీలు అందించే అదనపు సేవలు

## ఔషధాల సలహా: ఔషధాలను సురక్షితంగా మరియు ప్రభావవంతంగా తీసుకోవడంపై వ్యక్తిగత మార్గదర్శనం

ఔషధాలు అనేవి వ్యాధులను చికిత్స చేయడానికి లేదా నివారించడానికి ఉపయోగించే పదార్థాలు. అవి సరైన రీతిలో తీసుకుంటే, అవి మన ఆరోగ్యాన్ని మెరుగుపరచగలవు. అయితే, సరైన రీతిలో తీసుకోకపోతే, అవి హానికరం కావచ్చు.

ఔషధాలను సురక్షితంగా మరియు ప్రభావవంతంగా తీసుకోవడంలో మీకు సహాయపడటానికి, మీ డాక్టర్ లేదా ఫార్మసిస్ట్‌తో మాట్లాడటం చాలా ముఖ్యం. వారు మీకు మీ ఔషధాల గురించి సరైన సమాచారాన్ని అందించగలరు మరియు మీకు సరైన సూచనలను ఇవ్వగలరు.

ఔషధాలను సురక్షితంగా మరియు ప్రభావవంతంగా తీసుకోవడానికి కొన్ని చిట్కాలు ఇక్కడ ఉన్నాయి:

మీ డాక్టర్ లేదా ఫార్మసిస్ట్‌తో మీ ఔషధాల గురించి మాట్లాడండి. వారు మీకు మీ ఔషధాల యొక్క పేరు, మోతాదు, తీసుకోవడానికి సూచనలు మరియు సాధ్యమైన దుష్ప్రభావాల గురించి సమాచారాన్ని అందించగలరు.

- మీ ఔషధాలను ఎల్లప్పుడూ సూచించిన విధంగా తీసుకోండి. మీరు మోతాదును పెంచకూడదు లేదా తగ్గించకూడదు మరియు మీరు ఔషధాన్ని తీసుకునే సమయాన్ని మార్చకూడదు.

- మీరు మీ ఔషధాలను మీతో తీసుకెళ్లండి, ముఖ్యంగా మీరు ప్రయాణిస్తున్నప్పుడు.

- మీరు మీ ఔషధాలను నిల్వ చేయడానికి సరైన మార్గాన్ని తెలుసుకోండి. చాలా ఔషధాలను చల్లని, పొడి ప్రదేశంలో నిల్వ చేయాలి.

- మీరు మీ ఔషధాలను తీసుకుంటున్నప్పుడు మీ ఆరోగ్యాన్ని పర్యవేక్షించండి. మీకు ఏవైనా దుష్ప్రభావాలు కనిపిస్తే, మీ డాక్టర్ లేదా ఫార్మసిస్ట్‌కు తెలియజేయండి.

మీకు ఏదైనా ఆరోగ్య సమస్యలు ఉంటే, ఔషధాలను తీసుకునే ముందు మీ డాక్టర్ లేదా ఫార్మసిస్ట్‌తో మాట్లాడటం చాలా ముఖ్యం. కొన్ని ఔషధాలు ఇతర ఔషధాలతో లేదా ఆహారాలతో సంకర్షణ చెందవచ్చు, ఇది హానికరం కావచ్చు.

ఔషధాలను సురక్షితంగా మరియు ప్రభావవంతంగా తీసుకోవడం ద్వారా, మీరు మీ ఆరోగ్యాన్ని మెరుగుపరచడంలో మరియు మీ చికిత్స యొక్క ప్రభావాన్ని మెరుగుపరచడంలో సహాయపడవచ్చు.

# రోగనిరోధక టీకాలు: వివిధ వయసుల వారికి టీకాల ప్రాముఖ్యతను అర్థం చేసుకోవడం

రోగనిరోధక టీకాలు అనేవి వ్యాధులను నివారించడానికి ఉపయోగించే సురక్షితమైన మరియు ప్రభావవంతమైన మార్గం. అవి మన శరీరంలో రోగనిరోధక శక్తిని రూపొందించడంలో సహాయపడతాయి, ఇది వ్యాధికారక క్రిములను నాశనం చేయడంలో సహాయపడుతుంది.

వివిధ వయసుల వారికి టీకాల ప్రాముఖ్యత

శిశువులు మరియు పిల్లలు: శిశువులు మరియు పిల్లలు తమ రోగనిరోధక శక్తిని అభివృద్ధి చేయడంలో ఉన్నారు, కాబట్టి వారు వ్యాధులకు గురికావడానికి ఎక్కువ అవకాశం ఉంది. శిశువులకు మరియు పిల్లలకు అనేక రకాల టీకాలు సిఫార్సు చేయబడతాయి, వీటిలో టీబీ, డిఫ్తీరియా, పెర్టూసిస్, హీమోఫిలస్ ఇన్ఫ్లుయెంజా బీ, హెపటైటిస్ బి, మరియు రోటవైరస్ వంటి వ్యాధులు ఉన్నాయి.

యువకులు మరియు పెద్దలు: యువకులు మరియు పెద్దలు కూడా వ్యాధులకు గురికావచ్చు, ముఖ్యంగా వారు సరిగ్గా టీకాలు వేయించుకోకపోతే. యువకులు మరియు పెద్దలకు అనేక రకాల టీకాలు సిఫార్సు చేయబడతాయి, వీటిలో మెనింజైటిస్, హెపటైటిస్ ఎ, గొంతు అంటువ్యాధి, మరియు స్కార్లెట్ జ్వరం వంటి వ్యాధులు ఉన్నాయి.

గర్భిణీ మహిళలు: గర్భిణీ మహిళలు తమ పిల్లలకు వ్యాధులను వ్యాప్తి చేయకుండా నిరోధించడానికి టీకాలు వేయించుకోవడం చాలా ముఖ్యం. గర్భిణీ మహిళలకు అనేక రకాల టీకాలు సిఫార్సు చేయబడతాయి, వీటిలో టీబీ, హెపటైటిస్ బి, మరియు రుబెల్లా వంటి వ్యాధులు ఉన్నాయి.

- వృద్ధులు: వృద్ధులు తమ రోగనిరోధక శక్తిని కోల్పోతారు, కాబట్టి వారు వ్యాధులకు గురికావడానికి ఎక్కువ అవకాశం ఉంది. వృద్ధులకు అనేక రకాల టీకాలు సిఫార్సు చేయబడతాయి, వీటిలో పెన్సిల్లోమోనియా, ఇన్ఫ్లుఎంజా, మరియు డెంగ్యూ వంటి వ్యాధులు ఉన్నాయి.

టీకాలు సురక్షితమైనవి

టీకాలు సురక్షితమైనవి మరియు ప్రభావవంతమైనవి. టీకాల వల్ల కలిగే సాధారణ దుష్ప్రభావాలు తేలికపాటివి మరియు వెంటనే తగ్గుతాయి.

# దీర్ఘకాలిక వ్యాధుల నిర్వహణ: మధుమేహం మరియు హైపర్‌టెన్షన్ వంటి పరిస్థితులకు ఫార్మసిస్ట్ మద్దతు

దీర్ఘకాలిక వ్యాధులు అనేవి దీర్ఘకాలం ఉంటాయి మరియు మీ ఆరోగ్యాన్ని ప్రభావితం చేయగలవు. వీటిలో మధుమేహం, హైపర్‌టెన్షన్, క్యాన్సర్, గుండె జబ్బులు మరియు ఊపిరితిత్తుల వ్యాధులు వంటి పరిస్థితులు ఉన్నాయి.

దీర్ఘకాలిక వ్యాధులను సమర్థవంతంగా నిర్వహించడం చాలా ముఖ్యం. ఇది మీ ఆరోగ్యాన్ని మెరుగుపరచడంలో మరియు దీర్ఘకాలిక సమస్యలను నివారించడంలో సహాయపడుతుంది.

ఫార్మసిస్ట్‌లు దీర్ఘకాలిక వ్యాధుల నిర్వహణలో ముఖ్యమైన పాత్ర పోషిస్తారు. వారు మీ ఔషధాల గురించి సమాచారాన్ని అందించగలరు, మీ ఔషధాలను సురక్షితంగా మరియు ప్రభావవంతంగా ఎలా తీసుకోవాలో మీకు సలహా ఇవ్వగలరు మరియు మీ ఆరోగ్యాన్ని నిర్వహించడంలో మీకు సహాయపడే వనరులను కనుగొనడంలో మీకు సహాయపడగలరు.

మధుమేహం మరియు హైపర్‌టెన్షన్ వంటి దీర్ఘకాలిక వ్యాధులకు ఫార్మసిస్ట్‌ల నుండి లభించే కొన్ని నిర్దిష్ట మద్దతు రకాలు ఇక్కడ ఉన్నాయి:

ఔషధాల సలహా: ఫార్మసిస్ట్‌లు మీ ఔషధాల గురించి సమాచారాన్ని అందించగలరు, వీటిలో వాటి ఉపయోగం, మోతాదు, సాధ్యమైన దుష్ప్రభావాలు మరియు ఇతర ఔషధాలతో సంకర్షణలు ఉన్నాయి.

ఔషధాల నియంత్రణ: ఫార్మసిస్ట్‌లు మీ ఔషధాలను సురక్షితంగా మరియు ప్రభావవంతంగా ఎలా తీసుకోవాలో మీకు సలహా ఇవ్వగలరు. వారు మీరు మీ ఔషధాలను

తప్పకుండా తీసుకుంటున్నారని మరియు మీరు మీ లక్ష్యాలను చేరుకోవడంలో విజయవంతమవుతున్నారని నిర్ధారించడంలో సహాయపడగలరు.

- ఆరోగ్య మెరుగుదల సలహా: ఫార్మసిస్ట్లు మీ ఆరోగ్యాన్ని మెరుగుపరచడంలో మీకు సహాయపడే వనరులను కనుగొనడంలో మీకు సహాయపడగలరు. వారు ఆహారం, వ్యాయామం, బరువు నిర్వహణ మరియు ఇతర ఆరోగ్య జీవనశైలి మార్పుల గురించి సలహా ఇవ్వగలరు.

ఔషధ చికిత్స నిర్వహణ (MTM) అనేది ఔషధాలను సురక్షితంగా మరియు ప్రభావవంతంగా ఉపయోగించడంపై దృష్టి పెట్టే ఒక ఆరోగ్య సంరక్షణ సేవ. MTM నిపుణులు రోగుల ఔషధాల పథకాలను ఆప్టిమైజ్ చేయడానికి పనిచేస్తారు, ఇది మెరుగైన ఆరోగ్య ఫలితాలను సాధించడంలో సహాయపడుతుంది.

MTM సేవలు తరచుగా ఫార్మసిస్ట్లు, నర్సులు లేదా ఇతర ఆరోగ్య సంరక్షణ నిపుణులచే అందించబడతాయి. ఈ సేవలలో సాధారణంగా ఈ క్రింది అంశాలు ఉంటాయి:

ఔషధాల సమీక్ష: MTM నిపుణులు రోగుల ఔషధాల పథకాలను జాగ్రత్తగా సమీక్షిస్తారు, ఔషధాల అవసరం, మోతాదులు, సాధ్యమైన దుష్ప్రభావాలు మరియు ఇతర ఔషధాలతో సంకర్షణలను పరిగణనలోకి తీసుకుంటారు.

ఔషధ వినియోగం పర్యవేక్షణ: MTM నిపుణులు రోగులు తమ ఔషధాలను సరిగ్గా తీసుకుంటున్నారో లేదో నిర్ధారించడానికి ఔషధ వినియోగాన్ని పర్యవేక్షిస్తారు.

ఔషధాల చికిత్స ప్రణాళికలను అభివృద్ధి చేయడం: MTM నిపుణులు రోగులకు వారి లక్ష్యాలను సాధించడంలో సహాయపడే ఔషధాల చికిత్స ప్రణాళికలను అభివృద్ధి చేస్తారు.

MTM అనేది అనేక రకాల వ్యాధులను నిర్వహించడంలో సహాయపడే ఒక శక్తివంతమైన సాధనం. ఇది కింది వాటిలో సహాయపడుతుంది:

- దీర్ఘకాలిక వ్యాధుల నిర్వహణ: MTM దీర్ఘకాలిక వ్యాధులతో బాధపడుతున్న రోగులకు వారి లక్ష్యాలను చేరుకోవడంలో సహాయపడుతుంది. ఉదాహరణకు, MTM మధుమేహ వ్యాధిగ్రస్తులకు వారి రక్తంలో చక్కెర స్థాయిలను నియంత్రించడంలో, గుండె జబ్బు వ్యాధిగ్రస్తులకు వారి రక్తపోటును నియంత్రించడంలో మరియు క్యాన్సర్ రోగులకు వారి క్యాన్సర్ను నియంత్రించడంలో సహాయపడుతుంది.

- ఔషధాల దుష్ప్రభావాలను నివారించడం: MTM రోగులు తమ ఔషధాల దుష్ప్రభావాలను ఎదుర్కోవడం మరియు నివారించడంలో సహాయపడుతుంది.

- ఔషధాల ఖర్చులను తగ్గించడం: MTM రోగులు తమ ఔషధాలను సరిగ్గా తీసుకోవడం ద్వారా ఔషధాల ఖర్చులను తగ్గించడంలో సహాయపడుతుంది.

# Chapter 6: The Human Touch: The Role of Pharmacists in Patient Care

# అధ్యాయం 6: మానవ స్పర్శ: రోగి సంరక్షణలో ఫార్మసిస్ట్‌ల పాత్ర

కేవలం పంపిణీదారుల కంటే ఎక్కువ: ఫార్మసిస్ట్‌లు హెల్త్ కేర్ భాగస్వాములు మరియు ఔషధ నిపుణులు

ఫార్మసిస్ట్‌లు అనేక సంవత్సరాల చదువు మరియు శిక్షణ పొందిన వైద్య నిపుణులు. వారు ఔషధాల గురించి లోతైన అవగాహన కలిగి ఉన్నారు మరియు రోగులకు వారి ఔషధాలను సురక్షితంగా మరియు ప్రభావవంతంగా ఉపయోగించడంలో సహాయం చేయడంలో ప్రధాన పాత్ర పోషిస్తారు.

ఫార్మసిస్ట్‌ల పాత్ర

ఫార్మసిస్ట్‌లు రోగులకు అనేక విధాలుగా సహాయం చేయగలరు, వీటిలో ఇవి ఉన్నాయి:

- ఔషధ సలహా: ఫార్మసిస్ట్‌లు రోగులకు వారి ఔషధాల గురించి సమాచారాన్ని అందించగలరు, వీటిలో వాటి ఉపయోగం, మోతాదు, సాధ్యమైన దుష్ప్రభావాలు మరియు ఇతర ఔషధాలతో సంకర్షణలు ఉన్నాయి.
- ఔషధాల నియంత్రణ: ఫార్మసిస్ట్‌లు రోగులు తమ ఔషధాలను సరిగ్గా తీసుకుంటున్నారని మరియు వారు వారి లక్ష్యాలను చేరుకోవడంలో విజయవంతమవుతారని నిర్ధారించడంలో సహాయపడగలరు.

- ఔషధాల చికిత్స ప్రణాళికలను అభివృద్ధి చేయడం: ఫార్మసిస్ట్ లు రోగులకు వారి లక్ష్యాలను సాధించడంలో సహాయపడే ఔషధాల చికిత్స ప్రణాళికలను అభివృద్ధి చేయడంలో సహాయపడగలరు.

ఫార్మసిస్ట్లు ఆరోగ్య సంరక్షణ వ్యవస్థలో ముఖ్యమైన భాగం

ఫార్మసిస్ట్లు రోగులకు మెరుగైన ఆరోగ్య ఫలితాలను సాధించడంలో సహాయపడే కీలక పాత్ర పోషిస్తారు. వారు ఔషధాలను సురక్షితంగా మరియు ప్రభావవంతంగా ఉపయోగించడంలో రోగులకు సహాయపడటం ద్వారా అనేక రకాల వ్యాధులను నిర్వహించడంలో సహాయపడవచ్చు.

భవిష్యత్తు

ఫార్మసిస్ట్ల పాత్ర ఆరోగ్య సంరక్షణ వ్యవస్థలో క్రమంగా పెరుగుతోంది. ఫార్మసిస్ట్లు మరింత స్వతంత్రంగా పని చేయడానికి మరియు రోగులకు మరింత సమగ్రమైన ఆరోగ్య సంరక్షణను అందించడానికి అనుమతించే కొత్త చట్టాలు మరియు నిబంధనలు రూపొందించబడుతున్నాయి.

ఫార్మసిస్ట్లు భవిష్యత్తులో ఆరోగ్య సంరక్షణ వ్యవస్థలో మరింత ముఖ్యమైన పాత్ర పోషించే అవకాశం ఉంది. వారు రోగులకు మెరుగైన ఆరోగ్య ఫలితాలను సాధించడంలో సహాయపడటానికి వారి నైపుణ్యాలను మరియు అనుభవాన్ని ఉపయోగించడానికి సిద్ధంగా ఉన్నారు.

# వారధులు నిర్మించడం: రోగులను డాక్టర్లు, నర్సులు మరియు ఇతర హెల్త్‌కేర్ ప్రొవైడర్లతో కలుపుతూ

ఆరోగ్య సంరక్షణ వ్యవస్థ అనేది ఒక సంక్లిష్టమైన వ్యవస్థ, ఇందులో అనేక రకాల ఆరోగ్య సంరక్షణ నిపుణులు ఉన్నారు. ఈ నిపుణులు రోగులకు ఉత్తమమైన సంరక్షణను అందించడానికి కలిసి పని చేయాలి.

ఫార్మసిస్ట్‌లు ఈ వారధులను నిర్మించడంలో ముఖ్యమైన పాత్ర పోషిస్తారు. వారు డాక్టర్లు, నర్సులు మరియు ఇతర ఆరోగ్య సంరక్షణ నిపుణులతో సన్నిహితంగా పని చేస్తారు, తద్వారా రోగులకు అవసరమైన సమాచారం మరియు సహాయం అందుబాటులో ఉంటుంది.

ఫార్మసిస్ట్‌లు వారధులుగా ఎలా పని చేస్తారు?

ఫార్మసిస్ట్‌లు వారధులుగా పని చేయడానికి అనేక విధాలు ఉన్నాయి. కొన్ని సాధారణ ఉదాహరణలు ఇక్కడ ఉన్నాయి:

ఔషధ సలహా: ఫార్మసిస్ట్‌లు రోగులకు వారి ఔషధాల గురించి సమాచారాన్ని అందించడం ద్వారా డాక్టర్ల మరియు నర్సుల పనిని మద్దతు ఇస్తారు.

ఔషధాల నియంత్రణ: ఫార్మసిస్ట్‌లు రోగులు తమ ఔషధాలను సరిగ్గా తీసుకుంటున్నారని నిర్ధారించడానికి డాక్టర్ల మరియు నర్సులతో కలిసి పని చేస్తారు.

ఔషధాల చికిత్స ప్రణాళికలను అభివృద్ధి చేయడం: ఫార్మసిస్ట్‌లు డాక్టర్లు మరియు నర్సులతో కలిసి పనిచేసి, రోగులకు మెరుగైన చికిత్సను అందించడానికి ఔషధాల చికిత్స ప్రణాళికలను అభివృద్ధి చేస్తారు.

## వారధులు నిర్మించడం యొక్క ప్రయోజనాలు

వారధులు నిర్మించడం రోగులకు అనేక ప్రయోజనాలను అందిస్తుంది. ఇది రోగులకు:

- సమగ్రమైన ఆరోగ్య సంరక్షణను అందించడానికి సహాయపడుతుంది.
- ఔషధాల దుష్ప్రభావాలను నివారించడంలో సహాయపడుతుంది.
- ఔషధాల వ్యయాలను తగ్గించడంలో సహాయపడుతుంది.

## భవిష్యత్తు

ఆరోగ్య సంరక్షణ వ్యవస్థలో ఫార్మసిస్ట్‌ల పాత్ర క్రమంగా పెరుగుతోంది. ఫార్మసిస్ట్‌లకు మరింత స్వతంత్రంగా పని చేయడానికి అనుమతించే కొత్త చట్టాలు మరియు నిబంధనలు రూపొందించబడుతున్నాయి.

ఈ పరిణామాలతో, ఫార్మసిస్ట్‌లు భవిష్యత్తులో రోగులను డాక్టర్లు, నర్సులు మరియు ఇతర ఆరోగ్య సంరక్షణ నిపుణులతో కలుపుతూ మరింత ముఖ్యమైన వారధులుగా మారవచ్చు.

## రోగుల కోసం న్యాయవాది: సురక్షితమైన మరియు సరైన ఔషధాల వాడకాన్ని నిర్ధారించడం

ఔషధాలు మన ఆరోగ్యాన్ని మెరుగుపరచడానికి ఒక శక్తివంతమైన సాధనం, కానీ అవి సరైన రీతిలో ఉపయోగించకపోతే ప్రమాదకరంగా కూడా ఉంటాయి. రోగులకు సురక్షితమైన మరియు సరైన ఔషధాల వాడకాన్ని నిర్ధారించడంలో ఫార్మసిస్ట్‌లు ముఖ్యమైన పాత్ర పోషిస్తారు.

ఫార్మసిస్ట్‌లు రోగుల కోసం న్యాయవాదులుగా పని చేస్తారు ఎందుకంటే:

వారు ఔషధాల గురించి లోతైన అవగాహన కలిగి ఉన్నారు. ఫార్మసిస్ట్‌లు ఔషధాల యొక్క చర్య, సామర్థ్యాలు మరియు పరిమితుల గురించి సమగ్రమైన అవగాహన కలిగి ఉంటారు.

వారు రోగుల భద్రతను కాపాడటానికి కట్టుబడి ఉన్నారు. ఫార్మసిస్ట్‌లు రోగులు తమ ఔషధాలను సురక్షితంగా మరియు ప్రభావవంతంగా ఉపయోగించడంలో సహాయపడటానికి కృషి చేస్తారు.

ఫార్మసిస్ట్‌లు రోగులకు సహాయపడే వివిధ మార్గాలు ఇక్కడ ఉన్నాయి:

ఔషధ సలహా: ఫార్మసిస్ట్‌లు రోగులకు వారి ఔషధాల గురించి సమాచారాన్ని అందించగలరు, వీటిలో వాటి ఉపయోగం, మోతాదు, సాధ్యమైన దుష్ప్రభావాలు మరియు ఇతర ఔషధాలతో సంకర్షణలు ఉన్నాయి.

- ఔషధాల నియంత్రణ: ఫార్మసిస్ట్‌లు రోగులు తమ ఔషధాలను సరిగ్గా తీసుకుంటున్నారని మరియు వారు వారి లక్ష్యాలను చేరుకోవడంలో విజయవంతమవుతారని నిర్ధారించడంలో సహాయపడగలరు.

- ఔషధాల చికిత్స ప్రణాళికలను అభివృద్ధి చేయడం: ఫార్మసిస్ట్‌లు రోగులకు వారి లక్ష్యాలను సాధించడంలో సహాయపడే ఔషధాల చికిత్స ప్రణాళికలను అభివృద్ధి చేయడంలో సహాయపడగలరు.

రోగులకు సురక్షితమైన మరియు సరైన ఔషధాల వాడకాన్ని నిర్ధారించడంలో ఫార్మసిస్ట్‌లు ముఖ్యమైన పాత్ర పోషిస్తారు. రోగులు తమ ఔషధాల గురించి ప్రశ్నలు ఉంటే లేదా సహాయం అవసరమైతే తమ ఫార్మసిస్ట్‌ను సంప్రదించడం చాలా ముఖ్యం.

# ఫార్మసీ యొక్క భవిష్యత్తు: టెక్నాలజీ, నవీకరణ మరియు వ్యక్తిగత ఔషధం

ఫార్మసీ అనేది ఒక వేగంగా అభివృద్ధి చెందుతున్న రంగం. టెక్నాలజీ, నవీకరణ మరియు వ్యక్తిగత ఔషధం వంటి అనేక శక్తివంతమైన శక్తులు ఫార్మసీని మార్చడానికి దారితీస్తున్నాయి.

టెక్నాలజీ

టెక్నాలజీ ఫార్మసీలో అనేక విధాలుగా ప్రభావం చూపుతోంది. ఉదాహరణకు, డేటా అనలిటిక్స్ మరియు మెషిన్ లెర్నింగ్ వంటి సాంకేతికతలు ఔషధాల భద్రత మరియు సమర్థవంతతను మెరుగుపరచడంలో సహాయపడుతున్నాయి. వారు రోగులకు మరింత సరైన మరియు వ్యక్తిగతీకరించిన చికిత్సలను అందించడంలో కూడా సహాయపడుతున్నారు.

నవీకరణ

ఫార్మసీలో అనేక రకాల నవీకరణలు జరుగుతున్నాయి. ఉదాహరణకు, జన్యు చికిత్సలు మరియు కణ చికిత్సలు వంటి కొత్త చికిత్సలు రోగులకు మరింత ప్రభావవంతమైన మరియు సురక్షితమైన చికిత్సలను అందించడంలో సహాయపడుతున్నాయి.

వ్యక్తిగత ఔషధం

వ్యక్తిగత ఔషధం అనేది ఫార్మసీలో ఒక ముఖ్యమైన పరిణామం. వ్యక్తిగత ఔషధం అనేది ప్రతి రోగి యొక్క అవసరాలకు

అనుగుణంగా ఔషధాలను రూపొందించడం. ఇది రోగులకు మెరుగైన ఫలితాలను అందించడంలో సహాయపడుతుంది.

భవిష్యత్తు

ఫార్మసీ యొక్క భవిష్యత్తు ఈ శక్తివంతమైన శక్తుల ద్వారా ఆకర్షణీయంగా ఉంది. టెక్నాలజీ, నవీకరణ మరియు వ్యక్తిగత ఔషధం వంటి శక్తులు ఫార్మసీని మరింత సమర్థవంతంగా, సురక్షితంగా మరియు ప్రభావవంతంగా చేయడంలో సహాయపడతాయి.

కొన్ని నిర్దిష్ట అవకాశాలు ఇక్కడ ఉన్నాయి:

- ఔషధాల డిజైన్ మరియు అభివృద్ధిలో టెక్నాలజీ యొక్క ఉపయోగం కొత్త మరియు మరింత ప్రభావవంతమైన ఔషధాలను సృష్టించడానికి దారితీస్తుంది.
- మెషిన్ లెర్నింగ్ వంటి సాంకేతికతలు ఔషధాల భద్రత మరియు సమర్థవంతతను మెరుగుపరచడంలో సహాయపడతాయి.
- జన్యు చికిత్సలు మరియు కణ చికిత్సలు వంటి కొత్త చికిత్సలు రోగులకు మరింత ప్రభావవంతమైన మరియు సురక్షితమైన చికిత్సలను అందించడంలో సహాయపడతాయి.

# Chapter 7: Empowered Patients: Taking Control of Your Medication Journey

# అధ్యాయం 7: సాధికారత రోగులు: మీ ఔషధ ప్రయాణాన్ని నియంత్రించడం

## మరింత సమాచారం కోసం వనరులు: వెబ్‌సైట్‌లు, హెల్ప్‌లైన్‌లు మరియు రోగి న్యాయవాద గ్రూపులు

ఫార్మసీ మరియు ఔషధాల గురించి మరింత తెలుసుకోవాలనుకుంటున్నారా? ఇక్కడ కొన్ని ఉత్తమ వనరులు ఉన్నాయి:

వెబ్‌సైట్‌లు

యునైటెడ్ స్టేట్స్ ఫుడ్ అండ్ డ్రగ్ అడ్మినిస్ట్రేషన్ (FDA): FDA అనేది ఔషధాల భద్రత మరియు సమర్థవంతతను నియంత్రించే ప్రభుత్వ సంస్థ. FDA వెబ్‌సైట్‌లో ఔషధాల గురించి సమాచారం, హెల్త్ రిమైండర్లు మరియు హెల్త్ కన్సల్ట్‌లను కనుగొనవచ్చు.

అమెరికన్ ఫార్మసీ అసోసియేషన్ (APhA): APhA అనేది ఫార్మసిస్ట్‌ల జాతీయ సంఘం. APhA వెబ్‌సైట్‌లో ఔషధాల గురించి సమాచారం, ఆరోగ్య సంరక్షణ వార్తలు మరియు ఫార్మసిస్ట్‌ల కోసం శిక్షణ మరియు వృత్తిపరమైన అభివృద్ధిని కనుగొనవచ్చు.

మెడికల్ సెంటర్స్ ఫర్ డిసీజ్ కంట్రోల్ అండ్ ప్రివెన్షన్ (CDC): CDC అనేది ఆరోగ్యం మరియు వ్యాధులను

నిరోధించడానికి బాధ్యత వహించే ప్రభుత్వ సంస్థ. CDC వెబ్ సైట్‌లో ఆరోగ్య శ్రేయస్సు గురించి సమాచారం, వ్యాధి నివారణ మార్గదర్శకాలు మరియు సంక్రమణల గురించి హెచ్చరికలను కనుగొనవచ్చు.

- మెడికల్ లిబరీ ఆఫ్ అమెరికా (MLA): MLA అనేది వైద్య సమాచారం మరియు విద్యను అందించే ప్రైవేట్ సంస్థ. MLA వెబ్ సైట్‌లో వైద్య పరిశోధన, వైద్య సమాచార సేకరణలు మరియు వైద్య విద్య కార్యక్రమాలను కనుగొనవచ్చు.

## స్వీయ-న్యాయవాద చిట్కాలు: ప్రశ్నలు అడగడం, రికార్డులు ఉంచడం మరియు తెలియజెప్పడం

స్వీయ-న్యాయవాదం అనేది మీ ఆరోగ్య సంరక్షణ గురించి తెలుసుకోవడం మరియు మీ ఆరోగ్య సంరక్షణ నిర్ణయాలు తీసుకోవడం. ఇది మీకు మరింత శక్తిని ఇస్తుంది మరియు మీకు ఉత్తమమైన చికిత్సను పొందడంలో సహాయపడుతుంది.

స్వీయ-న్యాయవాదం ప్రారంభించడానికి కొన్ని చిట్కాలు ఇక్కడ ఉన్నాయి:

ప్రశ్నలు అడగండి

మీ ఆరోగ్య సంరక్షణ గురించి మీకు తెలియని ఏదైనా ఉంటే, ప్రశ్నలు అడగడానికి సంకోచించకండి. మీ డాక్టర్ లేదా ఇతర ఆరోగ్య సంరక్షణ నిపుణుడు మీ ప్రశ్నలకు సమాధానం ఇవ్వడానికి సంతోషిస్తారు.

ప్రశ్నలు అడగడానికి కొన్ని ఉదాహరణలు ఇక్కడ ఉన్నాయి:

నా వ్యాధి గురించి నాకు మరింత తెలుసుకోవడానికి మీరు నాకు సహాయం చేయగలరా?

ఈ చికిత్స నాకు ఏమి చేస్తుంది?

ఈ చికిత్స యొక్క దుష్ప్రభావాలు ఏమిటి?

ఈ చికిత్స యొక్క ప్రత్యామ్నాయాలు ఏమిటి?

రికార్డులు ఉంచండి

మీ ఆరోగ్య సంరక్షణ రికార్డులను ఉంచడం మీరు మీ ఆరోగ్య సంరక్షణ గురించి తెలుసుకోవడానికి సహాయపడుతుంది. మీ రికార్డులలో మీ వైద్య చరిత్ర, పరీక్ష ఫలితాలు మరియు మందులు ఉన్నాయి.

మీ రికార్డులను ఉంచడానికి కొన్ని మార్గాలు ఇక్కడ ఉన్నాయి:

- మీ డాక్టర్ లేదా ఆరోగ్య సంరక్షణ నిపుణుడి వద్ద మీ రికార్డులను అడగండి.
- మీరు మీ రికార్డులను డిజిటల్ రూపంలో పొందగలరా అని అడగండి.
- మీ రికార్డులను మీరు స్వయంగా ఉంచడానికి మీ డాక్టర్ లేదా ఆరోగ్య సంరక్షణ నిపుణుడితో మాట్లాడండి.

తెలియజేయండి

మీ ఆరోగ్య సంరక్షణ గురించి మీకు తెలిసినదాన్ని మీ డాక్టర్ లేదా ఇతర ఆరోగ్య సంరక్షణ నిపుణుడితో పంచుకోండి. ఇది మీ చికిత్స ప్రణాళికను మెరుగుపరచడంలో సహాయపడుతుంది.

మీరు తెలియజేయడానికి కొన్ని విషయాలు ఇక్కడ ఉన్నాయి:

- మీరు తీసుకున్న ఏదైనా మందులు లేదా మూలికలు.
- మీరు తినే ఆహారం మరియు మీరు తీసుకునే పానీయాలు.
- మీరు చేసే ఏదైనా వ్యాయామాలు లేదా యోగా.
- మీరు అనుభవిస్తున్న ఏదైనా లక్షణాలు.

## మీ కథను పంచుకోవడం: ఔషధాల అక్షరాస్యత యొక్క ప్రాముఖ్యతను ఇతరులకు అర్థం చేసుకోవడంలో సహాయం చేయడం

మీరు మీ ఆరోగ్య సంరక్షణ గురించి తెలుసుకోవడానికి మరియు మీ ఆరోగ్య సంరక్షణ నిర్ణయాలు తీసుకోవడానికి కృషి చేస్తున్నట్లయితే, మీ కథను ఇతరులతో పంచుకోవడం చాలా ముఖ్యం. మీ కథ ఇతరులకు ఔషధాల అక్షరాస్యత యొక్క ప్రాముఖ్యతను అర్థం చేసుకోవడంలో సహాయపడుతుంది.

మీ కథను పంచుకోవడానికి అనేక మార్గాలు ఉన్నాయి:

- ఒక వెబ్‌సైట్ లేదా బ్లాగులో వ్రాయండి.
- ఒక పుస్తకాన్ని లేదా ఆన్‌లైన్ కోర్సును రాయండి.
- ఒక వీడియో లేదా పాడ్‌కాస్ట్‌ను సృష్టించండి.
- ఒక ప్రసంగం ఇవ్వండి లేదా సమావేశంలో పాల్గొనండి.

మీ కథను పంచుకోవడానికి మీరు ఎంచుకున్న మార్గం ఏదైనా, మీ కథ అర్థవంతంగా మరియు ప్రేరేపించేలా ఉండేలా చూసుకోండి. మీ కథలో మీరు ఏమి నేర్చుకున్నారో, మీరు ఎలాంటి సవాళ్లను ఎదుర్కొన్నారో మరియు మీరు ఎలా విజయం సాధించారో వివరించండి.

మీ కథ ఇతరులకు ఔషధాల అక్షరాస్యత యొక్క ప్రాముఖ్యతను అర్థం చేసుకోవడంలో సహాయపడే కొన్ని విషయాలు ఇక్కడ ఉన్నాయి:

- ఔషధాల గురించి తెలుసుకోవడం ఎంత ముఖ్యమో వివరించండి.

- ఔషధాల అక్షరాస్యత యొక్క ప్రయోజనాలను వివరించండి.
- ఔషధాల అక్షరాస్యతను ఎలా మెరుగుపరచవచ్చో సూచనలు ఇవ్వండి.

మీ కథను పంచుకోవడం ద్వారా, మీరు ఇతరులకు వారి ఆరోగ్య సంరక్షణను మెరుగుపరచడంలో సహాయపడవచ్చు. మీరు ఔషధాల అక్షరాస్యత యొక్క ప్రాముఖ్యతను ప్రచారం చేయడంలో సహాయపడవచ్చు మరియు ఇతరులకు స్ఫూర్తినిచ్చే ఒక కథను పంచుకోవచ్చు.

ఇక్కడ మీ కథను పంచుకోవడానికి కొన్ని చిట్కాలు ఉన్నాయి:

- మీ కథను సంక్షిప్తంగా మరియు సమగ్రంగా ఉంచండి.
- మీ కథను ఆసక్తికరంగా మరియు ప్రేరేపించేలా ఉంచండి.
- మీ కథను సాధారణంగా అర్థం చేసుకోగలిగేలా ఉంచండి.

మీ కథను పంచుకోవడానికి మీరు సిద్ధంగా ఉన్నట్లయితే, మీరు మొదటి అడుగు వేయండి. మీ కథ ఇతరులకు సహాయపడే మరియు వారి జీవితాలను మెరుగుపరచే సామర్థ్యాన్ని కలిగి ఉంది.

# ఆరోగ్యకరమైన భవిష్యత్తును నిర్మించడం: ఔషధాల జ్ఞానం ద్వారా మీ ఆరోగ్యాన్ని నిర్వహించడం

ఆరోగ్యకరమైన భవిష్యత్తును నిర్మించడానికి, మనం మన ఆరోగ్యాన్ని నిర్వహించడం నేర్చుకోవాలి. ఔషధాల జ్ఞానం ఈ ప్రక్రియలో ముఖ్యమైన పాత్ర పోషిస్తుంది.

ఔషధాల జ్ఞానం అనేది ఔషధాల గురించి తెలుసుకోవడం, వాటిని ఎలా ఉపయోగించాలో మరియు వాటి దుష్ప్రభావాల గురించి తెలుసుకోవడం. ఈ జ్ఞానం మీకు మీ ఆరోగ్య సంరక్షణ నిర్ణయాలు తీసుకోవడంలో మరియు సురక్షితంగా మరియు ప్రభావవంతంగా ఔషధాలను ఉపయోగించడంలో సహాయపడుతుంది.

ఔషధాల జ్ఞానాన్ని మెరుగుపరచడానికి అనేక మార్గాలు ఉన్నాయి. మీరు ఔషధాల గురించి పుస్తకాలు లేదా ఆన్లైన్ కోర్సులను చదవవచ్చు. మీరు మీ డాక్టర్ లేదా ఇతర ఆరోగ్య సంరక్షణ నిపుణుడితో ఔషధాల గురించి మాట్లాడవచ్చు. మీరు ఔషధాల అక్షరాస్యత కార్యక్రమంలో పాల్గొనవచ్చు.

ఔషధాల జ్ఞానాన్ని మెరుగుపరచడం ద్వారా, మీరు మీ ఆరోగ్యాన్ని మెరుగుపరచడానికి మరియు మీ ఆరోగ్య సంరక్షణ ఖర్చులను తగ్గించడానికి సహాయపడుతుంది. మీరు ఔషధాల దుష్ప్రభావాలను నివారించవచ్చు మరియు మీ ఔషధాలతో సంబంధం ఉన్న ఏవైనా ప్రశ్నలకు సమాధానం పొందవచ్చు.

మీ ఆరోగ్యకరమైన భవిష్యత్తును నిర్మించడానికి, మీరు మీ ఔషధాల జ్ఞానాన్ని మెరుగుపరచడం ప్రారంభించాలి. ఇక్కడ కొన్ని చిట్కాలు ఉన్నాయి:

- మీ ఔషధాల గురించి తెలుసుకోండి. మీ ఔషధాల పేర్లు, వాటి ఉపయోగాలు మరియు దుష్ప్రభావాలను తెలుసుకోండి.

- మీ డాక్టర్ లేదా ఇతర ఆరోగ్య సంరక్షణ నిపుణుడితో మాట్లాడండి. మీకు ఏవైనా ప్రశ్నలు ఉంటే లేదా మీరు ఏదైనా ఆందోళనలను కలిగి ఉంటే వారితో మాట్లాడటానికి సంకోచించకండి.

- ఔషధాల గురించి పుస్తకాలు లేదా ఆన్‌లైన్ కోర్సులను చదవండి. ఔషధాల గురించి మరింత తెలుసుకోవడానికి ఇది ఒక గొప్ప మార్గం.

- ఔషధాల అక్షరాస్యత కార్యక్రమంలో పాల్గొనండి. ఇది ఔషధాల జ్ఞానాన్ని మెరుగుపరచడానికి మరియు మీ ఆరోగ్య సంరక్షణ నిర్ణయాలు తీసుకోవడంలో మీకు సహాయపడే ఒక గొప్ప మార్గం.

# Chapter 8: The Conclusion: Demystified, Empowered, and Informed

## అధ్యాయం 8: ముగింపు: డీమిస్టిఫైడ్, ఎంపవర్డ్ మరియు ఇన్ఫార్మ్డ్

**ముఖ్యమైన ముగింపులు: పొందిన అవసరమైన జ్ఞానం యొక్క సంగ్రహం**

ఈ కథనం ఔషధాల జ్ఞానం యొక్క ప్రాముఖ్యతను మరియు దానిని ఎలా మెరుగుపరచవచ్చో తెలియజేస్తుంది. ముఖ్యమైన ముగింపులలో ఇక్కడ కొన్ని ఉన్నాయి:

ఔషధాల జ్ఞానం అనేది మీ ఆరోగ్యాన్ని మెరుగుపరచడానికి మరియు మీ ఆరోగ్య సంరక్షణ నిర్ణయాలు తీసుకోవడానికి ముఖ్యమైన సాధనం.

ఔషధాల జ్ఞానాన్ని మెరుగుపరచడానికి అనేక మార్గాలు ఉన్నాయి, వీటిలో పుస్తకాలు లేదా ఆన్‌లైన్ కోర్సులను చదవడం, మీ డాక్టర్ లేదా ఇతర ఆరోగ్య సంరక్షణ నిపుణుడితో మాట్లాడటం మరియు ఔషధాల అక్షరాస్యత కార్యక్రమంలో పాల్గొనడం ఉన్నాయి.

మీ ఔషధాల గురించి తెలుసుకోవడం, మీ డాక్టర్ లేదా ఇతర ఆరోగ్య సంరక్షణ నిపుణుడితో మాట్లాడటం మరియు ఔషధాల జ్ఞానం గురించి మరింత తెలుసుకోవడానికి మీ సమయాన్ని కేటాయించడం ద్వారా మీరు మీ ఔషధాల జ్ఞానాన్ని మెరుగుపరచవచ్చు.

ఈ ముగింపులు మీరు మీ ఆరోగ్యాన్ని మెరుగుపరచడానికి మరియు మీ ఆరోగ్య సంరక్షణ నిర్ణయాలు తీసుకోవడంలో మీకు సహాయపడే ఔషధాల జ్ఞానాన్ని మెరుగుపరచడానికి ప్రేరేపిస్తాయని నేను ఆశిస్తున్నాను.

## చర్యకు పిలుపు: పాఠకులను వారి ఆరోగ్య సంరక్షణలో చురుకైన పాల్గొనర్లను చేయడానికి ప్రోత్సహించడం

మీ ఆరోగ్య సంరక్షణలో మీరు ఒక చురుకైన పాల్గొనేవాడని మీరు భావిస్తున్నారా? మీరు మీ డాక్టర్ లేదా ఇతర ఆరోగ్య సంరక్షణ నిపుణులతో మీ ఆరోగ్యం గురించి ముఖ్యమైన నిర్ణయాలు తీసుకోవడానికి సహకరించడం ద్వారా మీరు మీ ఆరోగ్య సంరక్షణలో చురుకైన పాల్గొనేవాడవు.

చురుకైన పాల్గొనేవాడవడానికి కొన్ని చిట్కాలు ఇక్కడ ఉన్నాయి:

- మీ డాక్టర్ లేదా ఇతర ఆరోగ్య సంరక్షణ నిపుణులతో మీ ఆరోగ్య సంరక్షణ గురించి మాట్లాడండి. మీకు ఏవైనా ప్రశ్నలు లేదా ఆందోళనలు ఉంటే వారితో మాట్లాడటానికి సంకోచించకండి.
- మీ ఔషధాల గురించి తెలుసుకోండి. మీ ఔషధాల పేర్లు, వాటి ఉపయోగాలు మరియు దుష్ప్రభావాలను తెలుసుకోండి.
- మీ ఆరోగ్య సంరక్షణ ప్రణాళికను అనుసరించండి. మీ డాక్టర్ లేదా ఇతర ఆరోగ్య సంరక్షణ నిపుణుల సూచనలను అనుసరించండి.
- ఆరోగ్యకరమైన జీవనశైలిని నడిపండి. ఆరోగ్యకరమైన ఆహారం తినండి, క్రమం తప్పకుండా వ్యాయామం చేయండి మరియు ఒత్తిడిని నిర్వహించండి.

మీరు మీ ఆరోగ్య సంరక్షణలో చురుకైన పాల్గొనేవాడని ఎలా నిర్ధారించుకోవచ్చు?

- మీ ఆరోగ్య సంరక్షణ గురించి మీరు తెలుసుకోవాలనుకుంటున్నదాన్ని గుర్తించండి. మీరు మీ డాక్టర్ లేదా ఇతర ఆరోగ్య సంరక్షణ నిపుణులతో ఈ విషయాల గురించి మాట్లాడటానికి ముందు ప్రశ్నల జాబితాను రూపొందించండి.
- మీరు ఏమి నేర్చుకున్నారో గుర్తుంచుకోండి. మీ డాక్టర్ లేదా ఇతర ఆరోగ్య సంరక్షణ నిపుణులు మీకు ఏమి చెప్పారో గుర్తుంచుకోవడానికి మీరు ఒక డైరీని ఉంచుకోవచ్చు లేదా మీ మొబైల్ ఫోన్‌లో నోట్‌లను తీసుకోవచ్చు.
- మీరు మీ ఆరోగ్య సంరక్షణ గురించి ఏమి నేర్చుకున్నారో ఇతరులతో పంచుకోండి. మీ కుటుంబం మరియు స్నేహితులతో మీరు నేర్చుకున్నదాని గురించి మాట్లాడటం ద్వారా మీరు మీ ఆరోగ్య సంరక్షణ గురించి అవగాహనను పెంచుకోవచ్చు.

# ఆశ యొక్క సందేశం: మంచి ఆరోగ్య ఫలితాల కోసం జ్ఞానం మరియు కమ్యూనికేషన్ యొక్క శక్తిని నొక్కిచెప్పడం

మంచి ఆరోగ్యం అనేది ప్రతి ఒక్కరికీ ఒక ముఖ్యమైన లక్ష్యం. మన ఆరోగ్యాన్ని మెరుగుపరచడానికి మరియు మంచి ఆరోగ్య ఫలితాలను సాధించడానికి అనేక విషయాలు చేయవచ్చు.

జ్ఞానం యొక్క శక్తి

జ్ఞానం అనేది మంచి ఆరోగ్యాన్ని సాధించడంలో ఒక ముఖ్యమైన అంశం. మన ఆరోగ్యం గురించి మనకు ఎంత ఎక్కువ తెలిస్తే, మన ఆరోగ్య సంరక్షణ నిర్ణయాలు మరింత మంచిగా తీసుకోగలం.

మన ఆరోగ్యం గురించి తెలుసుకోవడానికి అనేక మార్గాలు ఉన్నాయి. మనం పుస్తకాలు, ఆన్‌లైన్ కోర్సులు మరియు ఇతర వనరుల నుండి సమాచారాన్ని పొందవచ్చు. మనం మన డాక్టర్ లేదా ఇతర ఆరోగ్య సంరక్షణ నిపుణులతో మాట్లాడవచ్చు.

మన ఆరోగ్యం గురించి తెలుసుకోవడం ద్వారా, మనం క్రింది వాటిని చేయగలము:

మన ఆరోగ్యాన్ని ప్రభావితం చేసే అంశాలను అర్థం చేసుకోండి.

మనకు సరైన ఆరోగ్య సంరక్షణ నిర్ణయాలు తీసుకోండి.

మన ఆరోగ్యాన్ని మెరుగుపరచడానికి సహాయపడే చర్యలు తీసుకోండి.

## కమ్యూనికేషన్ యొక్క శక్తి

కమ్యూనికేషన్ అనేది మంచి ఆరోగ్యాన్ని సాధించడంలో మరొక ముఖ్యమైన అంశం. మన డాక్టర్ లేదా ఇతర ఆరోగ్య సంరక్షణ నిపుణులతో మన ఆరోగ్యం గురించి క్షుణ్ణంగా కమ్యూనికేట్ చేయడం ద్వారా, మనం మంచి ఆరోగ్య సంరక్షణ పొందవచ్చు.

మనం మన డాక్టర్ లేదా ఇతర ఆరోగ్య సంరక్షణ నిపుణులతో మాట్లాడేటప్పుడు, మనకు ఏవైనా ప్రశ్నలు లేదా ఆందోళనలు ఉంటే వాటి గురించి మాట్లాడటానికి సంకోచించకండి. మనం మన ఔషధాలను ఎలా తీసుకోవాలో, మన ఆరోగ్య సంరక్షణ ప్రణాళికను ఎలా అనుసరించాలో మరియు మన ఆరోగ్యాన్ని మెరుగుపరచడానికి మనం ఏమి చేయగలమో తెలుసుకోవడానికి మనం వారితో కలిసి పని చేయాలి.

Printed in the USA
CPSIA information can be obtained
at www.ICGtesting.com
LVHW010736220524
780462LV00014B/648

9 798869 127891